மேம்பாலம்

மேம்பாலம்
தினேஷ் இரவிச்சந்திரன்

முதல் பதிப்பு : ஜனவரி 2024

வர டீ பதிப்பகம்
எண் : 649, 18 வது கிழக்கு குறுக்கு தெரு
மகாகவி பாரதி நகர், சென்னை - 600039
அலைபேசி - 9543339081

விலை: ரூ. 130

MEMBAALAM
Dinesh Ravichandran

Copyright©Dinesh Ravichandran

First edition: January 2024

Vara Tea Pathipagam
No. 649, 18th east cross street
M.K.B. Nagar, Chennai - 600039
Mobile No: 9543339081

Price: Rs. 130

ISBN: 978-81-955801-5-6
Cover Design: V M Siva

All rights reserved. No part of this book may be reprinted or reproduced or utilised in any form or by any electronic, mechanical or other means, now known or hereafter invented, including photocopying and recording, or in any information storage or retrieval system, without permission in writing from the pubisher.

நன்றி

இயக்குநர் தரணி ராசேந்திரன்

படத்தொகுப்பாளர் மகேந்திரன் கனேசன்

காட்சி படிம இயக்குநர் ஃபாசில் முகமது

சிவரஞ்சனி

அருண்குமார் தனபாலன்

பரிதி

மணி

வி மு சிவா

இருசுப்பட்டறை ஸ்டுடியோ

பிக்சல் லைட் ஸ்டுடியோ பிரைவேட் லிமிடெட்

மற்றும்

என் தாத்தா பாட்டி மற்றும் பெற்றோர்கள் இந்த புத்தகத்தை வாசிக்கும் அனைத்து வாசகர்களுக்கும் என் மனமார்ந்த நன்றியை தெரிவிக்கிறேன்.

மேம்பாலம்

தினேஷ்

நான் தருமபுரி மாவட்டத்திலுள்ள புதுசாம்பள்ளி எனும் கிராமத்தில் பிறந்து வளர்ந்ததால் அங்கு பேசக்கூடிய வட்டார வழக்குகளுடன் எழுதியிருக்கிறேன். இந்த புத்தகத்தில் இருக்கும் ஒவ்வொரு கதையும் ஒவ்வொரு விதமான வாழ்வியலை சார்ந்தது. அந்த மனிதர்களின் உணர்வினை நான் கண்ட மனிதர்களோடும் என் கற்பனையோடும் கலந்து ஒரு இயல்புத்தன்மையோடு வெளிப்படுத்த முயற்சி செய்திருக்கிறேன். எளிய மனிதர்களின் அன்றாட வாழ்க்கையில் நடக்கும் சம்பவங்கள் குறித்தும், உறவுகளுக்குள் இருக்கும் சிக்கல்கள் அதன் வழியாக ஏற்படும் ஏமாற்றம் குறித்தும், காதல் வாழ்க்கையில் தோல்வியுற்ற ஒருவன் அதை எவ்வாறு எதிர்கொள்கிறான், அவனுடைய இயலாமையின் மனவோட்டத்தைக் குறித்தும், எழுதியுள்ளேன். கண்டிப்பாக ஒரு புதுவிதமான அனுபவத்தை உங்களுக்குள் ஏற்படுத்தும் என்று நம்புகிறேன். படித்துவிட்டு உங்கள் கருத்துக்களை பகிர்ந்து கொள்ள விரும்பினால் தொடர்பு கொள்ளுங்கள்.

தொலைபேசி எண்: 9789981071

மின்னஞ்சல்: dineshdpl1071@gmail.com

முன்னுரை

மே 14, 2015 என் கல்லூரி வாழ்க்கையின் இறுதி நாள், அன்று வரையில் என் வாழ்க்கை மீதே அக்கறையில்லாமல் சுற்றி திரிந்த போது, மனிதர்கள் மீதோ இந்த சமூகத்தின் மீதோ எந்த அக்கறையும் என்னுள் இருந்ததில்லை. அதற்கு என் வாலிப வயதும் ஒருவகை காரணம்.

பொறியியல் துறையில் பட்டம் பெற்ற நான், சினிமாவின் மீது ஆர்வம் கொண்டே சென்னையை வந்தடைந்தேன். அதற்கு முன்பு வரையில் சினிமாவைப் பற்றி என்னுள் இருந்த பிம்பம் அனைத்தும் பொய்த்துப்போனது. மூன்று மாத காலம் மும்முறமாக சுற்றி வந்தேன் ஒரு பயனும் இல்லை. வெறும் சினிமாவின் மீது ஆர்வம் கொண்டிருந்த எனக்கு எந்தவொரு அடிப்படையும் தெரியாமல் இருந்தது. சரி சினிமாவைப் பற்றி படித்துவிட வேண்டுமென நினைத்து கல்வி நிறுவனங்களுக்கு சென்றடைந்தேன். நான் சிறிதளவும் எதிர்பார்க்கவில்லை, நான் நான்கு வருடம் பயின்ற தொழில்நுட்ப கல்லூரியின் மொத்த தொகையையும் அந்த ஆறுமாத பாடத்திட்டத்திற்கு செலுத்தச் சொன்னார்கள். ஒரு கணம் நெஞ்சு தூக்கி வாரிபோட்டது. அத்தோடு அந்த முடிவை மாற்றிக் கொண்டேன்.

கையில் பணமில்லை வேலை இல்லை முக்கியமாக தங்குவதற்கு ஒரு அறையில்லை. ஆனாலும் சினிமாவைப் பற்றியான எண்ணம் மட்டும் என்னுள் மாறாமல் இருந்தது. இந்த சென்னையில் என்னால் வாழ முடியவில்லை, இன்னும் சரியாக சொல்லப்போனால் இங்கு வாழ்வதற்கு வழிகள் தெரியவில்லை.

வாழ்க்கை மீதான பயம் என்னுள் தொற்றிக்கொண்டது, சோர்ந்து விட்டேன். ஊரில் அத்தனை உறவுகள் இருந்தும், இதே சென்னையில் அத்தனை நண்பர்கள் இருந்தும் யாருமற்ற அனாதையாய் கோயம்பேடு பேருந்து நிலையத்தில் கண்களில் நீர் ததும்ப விழி பிதுங்கி பறிதவித்து நின்றபோது என் அம்மாவிடமிருந்து அழைப்பு வந்தது, அவ்வளவுதான் என் அம்மாவின் குரல் கேட்டதும் என்னையும் மீறி ஒரே அழுகை

என்னால் கட்டுப்படுத்த முடியவில்லை. என் அம்மா, "சாமி நீ அங்க ஒன்னும் கஷ்டப்படாத கௌம்பி வா'' என்று சொன்னதும், அடுத்த நொடி சிறிதும் தாமதிக்காமல் மீண்டும் என் சொந்த ஊருக்கே சென்றுவிட்டேன்.

நான் சென்ற அடுத்த ஒரு வாரத்தில் சென்னையில் பெரு வெள்ளம். மக்கள் வீடின்றி உணவின்றி அவதிப்படுகிறார்கள் என்று தொலைக்காட்சியில் செய்தி கேட்டபோது முதலில் நான் மகிழ்ச்சியே அடைந்தேன். சில வினாடிகள் பொருத்தே என் மனம் வருந்தத் தொடங்கியது. சென்னை வாழ்வியலில் நான் மட்டும் கஷ்டப்படவில்லை, பலரும் நெருக்கடிக்குள் தான் வாழ்கிறார்கள். இருந்தும் சென்னை அனைவருக்கும் வாய்ப்புகள் தர மறுப்பதில்லை. அதே சென்னையில் தானே சூப்பர் ஸ்டார்களும் இயக்குநர் சிகரங்களும் உயர்ந்துள்ளனர். வாழ்க்கையில் கண்ணோட்டங்கள் மெதுவாக மாறத்தொடங்கியது. நிதானமாக இயங்க பக்குவப்பட்டேன்.

மீண்டும் சினிமாவில் சாதித்திட சென்னை வந்தடைந்தேன். ஆனால் என்னுள் நானே கேள்வி எழுப்பிக் கொண்டேன், சினிமாவில் எப்படி வேலை செய்வது, யாரை அணுக வேண்டும், எவரையும் நமக்கு தெரியாது, முன்பு சொன்னதை போல் சினிமாவைப் பற்றி எந்த அடிப்படை அறிவும் கிடையாது. என்னிடம் கேள்விகள் மட்டுமே இருந்தன, பதில்கள் இல்லை. தினந்தோறும் நெருக்கடிகளை சமாளிக்க வேறு வழியின்றி நானும் வேலைக்கு செல்ல வேண்டிய கட்டாயத்திற்குள்ளானேன்.

மூன்றாண்டு காலம் எப்படியோ கடந்துவிட்டது. வயதோ இருபத்தி நான்கு நிறைவடைந்தது. செய்து கொண்டிருந்த வேலை மீதும் சலிப்பு தட்டிவிட்டது. சென்னையும் ஓரளவிற்கு நன்றாக பழக்கமாகியிருந்தது. அப்போது தான் "பாலு மகேந்திராவின்" குறும்பட பயிற்சி பட்டறை ஒரு வாரத்திற்கு நடப்பதாக நண்பர் ஒருவர் புலனத்தின் வாயிலாக செய்தி ஒன்றை அனுப்பிவைத்தார். அதன் பின்பு தான் சினிமாவில் முழுக்க என் பயணத்தை தொடங்க ஆரம்பித்தேன்.

அங்கு தான் நல்ல சினிமாவிற்கும், வியாபார சினிமாவிற்குமான வித்தியாசம் புரிந்தது. சினிமாவைச் சார்ந்த பல நண்பர்களுடன் இணைந்தேன். இயக்குநர் தரணி ராசேந்திரன், படத்தொகுப்பாளர்

மகேந்திரன் இருவரையும் சந்தித்தேன். சிவரஞ்சனி, அருண்குமார் தனபாலன், பரிதி அவர்களையும் சந்தித்தேன். இன்றுவரை என் சினிமாவைச் சார்ந்த உரையாடல்களும் விவாதங்களும் இவர்களிடம் தான் தொடர்ந்து கொண்டே இருக்கிறது.

இதற்கிடையில் தரணி ராசேந்திரன் இயக்கத்தில் "யாத்திசை" படத்தில் துணை இயக்குநராகப் பணிபுரிந்தேன். எனக்குள் இருந்த எழுத்துகளின் மீதான பயத்தை போக்கியவரும் அவரே. நான் எழுதத் தொடங்கியதற்கும் அவர் கொடுத்த நம்பிக்கை தான் காரணம். ஒன்றுமே தெரியாமல் தான் சினிமாவிற்கு வந்தேன். இன்று ஒரு புத்தகத்தை எழுதி உங்களிடம் கொண்டு வந்திருக்கிறேன். படத்தை தயாரிப்பதற்கும், இயக்குவதற்கும் என்னை தயார்படுத்திக் கொண்டுள்ளேன். இன்னும் கற்றுக்கொண்டு தான் இருக்கிறேன். நான் வரும் கால கட்டத்தில் இந்த சினிமாவில் படத்தை இயக்கலாம், தயாரிக்கலாம் இல்லையெனில் எதுவுமில்லாமல் கூட போகலாம். இலக்கில்லாமல் சுற்றி திரிந்த என்னை ஒரு இலக்கை நோக்கி பயணிக்க வைத்தது இந்த சினிமாவும், சென்னையும் நான் படித்த புத்தகங்களும், நான் பழகிய மனிதர்களும் தான்.

அணிந்துரை

இந்த சிறுகதை தொகுப்பில் வரும் ஆறு கதைகளும் அந்தந்த நிலத்திற்கான வாழ்க்கைமுறை அவர்களின் வாழ்வாதாரத்தை சுற்றி விரிவாக எழுதப்பட்டுள்ளன. உழைக்கும் வர்கத்தின் அன்றாட செயல்பாட்டை மையப்படுத்தி எழுதியிருக்கும் "மேம்பாலம்" சிறுகதை மிகவும் தனித்துவமான ஒன்று. வரலாற்று கதாபாத்திரங்கள், சம்பவங்களை வைத்து எழுத்தாளரின் கற்பனை கலந்து எழுதப்பட்டுள்ள "ஓட்டோகாமுண்ட்" மிகவும் சுவாரஸ்யமானசிறுகதை.சமூகம்என்பதுஒவ்வொருதனிமனிதனும் சேர்ந்தது. ஒருவர் விடாமல் அத்தனை நபர்களின் செயலும் நம் சமூகத்தில் பிரதிபலித்துக்கொண்டே தான் இருக்கப்போகிறது என்பதை "மைரு" கதையில் நேர்த்தியாக சொல்லியிருக்கிறார். "டூர்", "மெர்சி" மற்றும் "வயித்துப்புள்ளக்காரி" என அனைத்துக் கதைகளும் மனிதர்களின் ஆசை, ஏமாற்றம், வலி, பிரிவு போன்ற உணர்வுகளை நமக்கு கடத்தி செல்கிறது. இந்த தொகுப்பினை எழுதியுள்ள தினேஷ் அவர்களுக்கு என் வாழ்த்துகள்.

தரணி ராசேந்திரன்

எழுத்தாளர், இயக்குநர்

கதைகள்

1. டூர்	-	10
2. மேம்பாலம்	-	22
3. மைரு	-	28
4. மெர்சி	-	36
5. வைத்துப்புள்ளக்காரி	-	47
6. ஓட்டோகாமுண்ட்	-	66

நீர்

பல வண்ணங்களுக்குள் ஒளிந்திருக்கும் உண்மையான நிறம் சாயம் போன பிறகு வெளுத்து அழுக்கு படிந்த வெள்ளை சட்டையும், வேட்டியும் கட்டிக் கொண்டு “இந்தரா, இந்தரா” என தன் கட்டையான குரலில் தங்கராஜ் கூப்பிட்டார். இந்திரா வீட்டினுள் மண்ணெண்ணெய் அடுப்பில் சமைத்துக் கொண்டிருந்தாள். அடுப்பின் சத்தத்தில் தங்கராஜின் குரல் அவளுக்கு கேட்கவில்லை, “ஓய் இந்தரா.....” என மீண்டும் கத்தினார் தங்கராஜ்.

பொங்கி வரும் சோற்று நீரை கை கரண்டியால் கிளறிக்கிடந்தாள். இம்முறை இந்திராவுக்கு எங்கோ பழக்கப்பட்ட குரல் கேட்பது போல் இருந்தது. “தளதள” வென கொதிக்கும் சோற்றை தன் இடது கைகரண்டியால் எடுத்து தன் வலதுகை கட்டைவிரலுடன் ஆள்காட்டி விரலையும் சேர்த்து சோற்று பருக்கையை இரண்டு முறை அமுக்கிப் பார்த்தாள், விரலின் இடுக்கில் சிக்கிய பருக்கையானது அவளின் அழுத்தத்தால் பசையானது. பின்பு அடுப்பில் இருபத்தைந்து பைசா நாணய வடிவில் இருக்கும் திருகாணியை இடப்புறமாக திருகினாள். அந்த சிறிய துவாரம் வழியாக காற்று வெளியேறி எரிந்த அணலாகி அணைந்தது. வேகமாக வீர நடை போட்டு வாசலுக்கு வெளியே வந்தாள்.

வந்தவள் தங்கராஜை பார்த்ததும், "யண்ணா நீயாண்ணா கூப்புட்ட"

“ராசன் மவுளுக்கு காதுல ஒரு பவுணு தங்கத்தோடு போட்டது போதும் காது கேக்காது போல”

“ஐயோ அண்ண இந்த அடுப்பு சத்தத்துல காது கேக்கலண்ண”

இவர்கள் பேசுகையில் பொடக்காலியில் குளித்துவிட்டு

இடுப்பில் துண்டை கட்டிக்கொண்டு இந்திராவின் மகன் வெளியில் வந்தான்.

“என்னா தீனா பள்ளிகொடத்துக்கு கெளம்பியாச்சா”

அதற்கு, தலை குணிந்தவாறே பன்னிரண்டு வயதுக்குரிய லேசான வெகுளி சிரிப்புடன் “ஆமா மாமா” என சொல்லிக் கொண்டே வீட்டினுள் நுழைந்தான்.

“என்னாண எதுனா விஷியமாணே”

“ஒரு விஷியமுமில்ல ராத்திரி பத்து மணிக்கு டிராவல்ஸ் வண்டி வருது அதா இந்த சின்னப்பாப்பா, செலுவம், ராணி, ஆனந்தி, அப்புறம் செல்வி புருஷன் தனபாலு இன்னும் ஒரு பத்து டிக்கெட்டு இருக்குது இவங்கிட்ட சொல்லிட்டு போலாம்னு வந்த”

“இந்த வாட்டி எங்கணே போறீங்க?”

“பழனி, சமயபுரம் இந்த ரெண்டு எடத்துக்கு போய்ட்டு நேரம் இருந்தா அப்டியே பக்கம் தானமா மலக்கோட்ட, ஒரு யோசன இருக்குது பாப்போம் முருகன் என்ன வழி வுடறானு....”

“ஒரு வார்த்தை எங்களயலாம் கூப்படமாட்ட” என இந்திரா கேட்டாள்.

“இது என்னப்பா அநியாயமா இருக்குது, ஒரு டூரு போவுனும்னு முடிவு பண்ணிட்டு மூணாவது ஆளா உன்கிட்டதா வந்து கேட்ட ஒரு சீட்டு போடு இந்தரா மாச மாசம் ஒரு நூறுவா கட்டு வூட்டுள்ள புள்ளங்க இருக்கு நீ வராட்டியும் பரவால, ஏதோ புள்ளிங்க போனா பள்ளிகுடம், வந்தா வூடுனு இருக்குதுங்க. பாவம் ஏதோ கோயிலு, கொளம்னு போய்ட்டு வந்தா புள்ளங்களுக்கும் ஒரு சந்தோஷம் நாலு எடத்த பாத்த மாதிரியும் இருக்கும் சொன்ன, அதுக்கு நீ யென்னா சொன்னனு நெனப்பு இருக்கா, கொஞ்சம் யோசன பண்ணி பாரு,

“எந்த கோயிலுக்கு போனா மட்டும் என்ன மாற போவுது. வாரம் வாரம் எங்கப்ப குல தெய்வம் வெள்ளியானா வூட்ட கழுவி, வாசலுக்கு சானி போடற, மறுநாள் சனிக்கிழமை எங்க குல தெய்வம் வூட்ட கழுவி வாசல கூட்டி சானி போடறதுல்லாம விரதம் வேற

இருக்க ஒன்னும் நெலம மாறமாட்டுது. எந்த சாமிய கும்புட்டும் ஒன்னும் வர போறதுல, என்னிக்கு நம்மளும் நாலு பேத்துக்கு முன்னாடி கௌரவமா வாழறமோ அன்னிக்கு குடும்பத்தோட போய்க்கலாம்னு சொன்னியே மறந்து போய்டியா”

“அன்னிக்கு இருந்த சூழ்நிலை அப்புடிணா”

“என்னா சூழ்நிலை மனுசனா பொறந்தா எல்லா வரத்தா செய்யும், கடவுளு மேல பாரத்த போட்டுட்டு அடுத்து என்னவோ அத செய்ய வேண்டியது தான் இன்னிக்கு இருக்குறவங்க நாளைக்கு இருக்கறதுல, எதோ வாழ்ற கொஞ்ச நாளைக்கு சந்தோஷமா கோயில் கொளம்னு போயிட்டு வந்தா ஒரு புண்ணியம் கிடைக்கும்”

இவ்வளவு வசனங்கள் பேசும் தங்கராஜ்க்கு கடவுள் மீது பக்தியோ, பூசாரியோ கூட அல்ல. தங்கராஜ் ஊரிலிருக்கும் மற்ற ஆண்களைப் போல் வேலைக்கென்று எந்த வெளி ஊருக்கோ அல்லது வெளி மாநிலத்திற்கோ போகுபவன் அல்ல காரணம், நிலமுடையவன். ஆனாலும் பெரியதாக விவசாயம் கிடையாது பகல்வேளையில் அதிகபட்ச வேலை என்னவென்றால் ஆட்டையும், மாட்டையும் மேய்ப்பது தான். வயது நாற்பதை தாண்டியும் திருமணம் ஆகவில்லை. இதனால் இன்னும் சவுகரியமானது மற்ற ஆண்களுக்கு இருக்கும் குடும்ப பிரச்சனை இவருக்கு பெரிதாக பாதிக்காது. ஆனால் உடலை வருத்தாமல் பணம் சம்பாதிக்கும் ஆசை மட்டும் வலுவாக இருந்தது, அதன் விளைவு தான் சீட்டு நடத்தும் திட்டம்.

தங்கராஜ் பெண்களிடமும் சரி, ஆண்களிடமும் சரி சகஜமாக பேசக்கூடிய நபர். விடியற்காலையில் தங்களின் வீட்டு வாசலில் தெளிப்பதற்கு இவருடைய வயலில் கட்டப்பட்டிருக்கும் மாடுகளின் சாணத்தை எடுப்பதற்காகவே பெண்களும் இவரோடு நட்புறவாடுவார்கள். சில பெண்கள் விடியற்காலை நான்கு மணிக்கு எழுந்து காட்டுப்பக்கம் போய்விட்டு தெரியாமல் சாணியை எடுத்து வருவார்கள். தங்கராஜ் உயர் சாதியாக இருந்தாலும் அவரின் தோட்டம் இந்த மக்கள் வசிக்கும் ஊர் பக்கத்தில் இருப்பதால் பெரும்பாலும் அவருடைய நட்புறவு இந்த சாதி மக்கள் தான். அதனாலயே இவரிடம் பெருவாரியான பெண்கள் சீட்டு நடத்தச் சொல்வார்கள்.

ஒவ்வொரு பௌர்ணமி அன்றும், அமாவாசை அன்றும் சீட்டு நடத்துவார் தங்கராஜ். ஒவ்வொரு சீட்டிலும் குறைந்த பட்சம் இருபது பேர் கொண்ட குழு அடங்கும், இதன் மூலம் வரும் பணத்தை வட்டிக்கு விட்டு சம்பாதிப்பது தான் தங்கராஜின் வேலை, அது மட்டுமில்லாமல் இந்த குழு உறுப்பினர்கள் இவருக்கு கமிஷனும் தருவார்கள், அந்த மக்களின் நம்பிக்கைக்குரிய நபராக இருந்தார் தங்கராஜ். இப்போது கூட கோயில் பண்டு சீட்டில் சேர்க்கப்பட்ட இருபது பேரை இன்று இரவு டூர்க்கு கூட்டிப் போகத்தான் அனைவருக்கும் தகவல் சொல்ல வந்திருக்கிறார் தங்கராஜ்.

தங்கராஜின் சித்தப்பா தோட்டத்தில் இரண்டு ரூபாய் வேலைக்குச் சேர்ந்தவர் தான் இந்திராவின் அப்பா ராஜன், அரசாங்கத்தில் வேலை கிடைத்ததாலும் குழந்தைகள் படிப்பும் தங்கராஜின் சித்தப்பா குடும்பத்தினை அங்கிருந்து டவுன் பக்கம் நகர்த்தியது. ராஜன் இவர்களின் காட்டை குத்தகைக்கு எடுத்து பதினைந்து வருடம் ஆகிறது. அவ்வப்போது தங்கராஜும் சித்தப்பா காட்டினை மேற்பார்வை செய்து கொள்வார். ஆரம்பத்தில் மாதம் ஒருமுறை அல்லது இரண்டு மாதத்திற்கு ஒருமுறை வந்து போவார்கள் காட்டின் உரிமையாளர்கள். இப்போது யாரும் வருவதில்லை ஆனால் வருடந்தோரும் குத்தகை பணம் சென்றுவிடும், வயலில் எது விளைந்தாலும் ஒரு பங்கு உரிமையாளர்களின் உறவினருக்கோ அல்லது உரிமையாளருக்கோ கொடுத்து விடுவார் ராஜன். இது கட்டாயமும் கூட. அப்போதிலிருந்து ராஜனுடன் ஏற்பட்ட நட்பு அவரது குடும்பம் வரை சென்றது. அப்படி ஏற்பட்ட உறவுதான் பின்னாளில் ஊர் முழுக்க ஏற்பட்டது.

தற்போது இந்திரா வீட்டுக்கு பக்கத்திலிருக்கும் ஆனந்தன் மனைவி மஹா விடம் இரவு டூர் வண்டி வரப்போகும் நேரத்தை சொல்ல வந்திருந்தார் தங்கராஜ்.

“இந்த மஹா பொண்ண ஆள காணும் நீ சொல்லிறியா இந்தரா” என கேட்டார் தங்கராஜ்.

“அண்ணா, தண்ணி புடிக்கும் போது அவ கூட சண்ட போட்டுகிட்ட, நான் பேசறதில்ல”

“அடேயப்பா உங்க சண்ட பெரிய சண்ட போல கடசி வரைக்கும் பேசிக்கவே மாட்டிங்களா.”

“சரிணா யென் தம்பி பொண்டாட்டி கொஞ்ச நேரத்துல வந்துருவா அவ வந்தானா அவளவுட்டு சொல்லிபுடற...”

“சரி இந்தரா எப்படியோ ஒன்னு சொல்லிபுடு மறந்தறாம. அதுசரி நீ என்னா இன்னும் வூடு கழுவாம இருக்க, வாசலுக்கு சாணியும் போடல.... ராசனும் தான் வராப்ல”

“எங்கப்பனுமா வருது, எங்க அம்மாக்காரி கூட சொல்லவே இல்ல என்கிட்ட”

“இல்ல இல்ல கமலாக்கே நேத்து நைட்டு உங்கப்பனுக்கு சோறு கொண்டு வந்தப்பதா தெரியும்.... முந்தானாளு கூட பேசிகிட்டு இருக்கும் போது என்னா ராசா சீட்டு போட்டுருக்கியே போலாமானு கேட்டப்ப.....” என ஆரம்பித்து அவர்கள் பேசிக்கொண்டதை சாவகாசமாக ஒரு வரி விடாமல் இந்திராவிடம் ஒப்பித்தார் தங்கராஜ்.

“நம்ம எங்க வரமாதிரி பொழப்பிருக்கு ஆடு, மாடுலா வேற கெடக்குது, எளங் கன்னுகுட்டி ஒன்னு இருக்குது பாலு வேற கறந்து சொசைட்டி கொண்டு போனும் இதுலா யாரு பண்ணுவாங்கனு சொன்னாப்ல. நான் கூட கமலா இருக்குதே அது பாத்துக்கும், என்னா ஒரு ரெண்டு நாளைக்கு தானனு சொன்ன.”

“அட நீ வேற ரெண்டு நிமிசம் நான் வுட்டுட்டு நவுர முடியாது”

“ஏன்.... மடியில உன் கைய வெச்சு அழுத்துனாதா மாடு பால் கறக்குமா இல்லாட்டி மாடு மடியிலியே அடிக்கி வெச்சுக்குமா.”

“அட நீ வேற ஏப்பா நம்ம கிட்ட போனாலே சில நேரத்துல கை வெக்க வுடமாட்டுது பீட பாமன எளவெடுக்க... பால் வுட்டு போச்சுனா வித்து தொலஞ்சு புடலாம்...”

“இதையேதா எல்லா வாட்டியும் சொல்லற, பேச்சு பேச்சா இரு ராசா. எப்டியோ இதுங்க இருக்க போய்தா பால் கறந்து ஊத்தியே மவுலுக்கு ஒரு பவுணு எடுத்து போட்டுட்ட, வூட்டையும் கட்டி மவக்கிட்ட குடுத்துட்ட அடுத்து பேர புள்ளைக்கு செய்ய சேத்து வச்சுக்கிட்டு இருக்குற. நீயாவுது விக்கறதாவுது முடிவா என்ன சொல்ற இப்ப வரியா இல்லியா...” மண்டையை சொரிந்து கொண்டே “புள்ளயவும் பேரனையும் கூட்டிட்டு போரியானு

கேட்டாப்புல, ஒரு சீட்டுக்கு ஒரு ஆளுதா கடசியில வண்டில எடம் இருந்துச்சினா பாத்துக்கலாம்னு சொன்ன. அப்புறம் நேரம் வேற ஆய்போச்சு எல்லாத்தையும் கரட்டுக்கு ஓட்டிட்டு போவனும்னு கௌம்பி போய்டாப்புல, நானும் வந்துட்ட."

ராஜன் விளை நிலங்களை குத்தகைக்கு எடுத்த நாளில் இருந்து இன்று வரை காடே கதியென வாழ்ந்து வருபவர். தன் குடும்பத்தோடு கூட பெரிதாக தொடர்பில்லாதவர். தன் மனைவி கமலாவிடம் கூட முகம் குடுத்து பேச மாட்டார்.

அவர் கனவில் காட்டு முனியப்பன் வந்து "என்ன யாரும் கண்டுக்க மாட்ரிங்க நீயாவுது எனக்கு ஒரு சாவல அருத்து பொங்க வையு, நான் உன்னயும் உன் குடும்பத்தையும் சேமாரமா பாத்துக்குற" னு சொன்ன அடுத்த நாள் சாலைக்கு வலது பக்கமாக இருக்கும் ஒரு திட்டுக்கு மேல் வேப்ப மரத்து அடியில் மண்ணில் சரிந்து கிடந்த சிறு கருங்கல் முனியப்பன் சாமியாக மாறிப் போனது.

அடுத்த ஒரு வாரத்தில் தன் ஊரில் முதல் முதல் மாடி வீடு கட்ட கடப்பாக்கல் போடத்தொடங்கி ஆறே மாதத்தில் வீடு கட்டி முடித்தார். அன்றிலிருந்து இன்று வரை எல்லாம் பகவான் செயலால் தான் நடப்பதாக நம்பி தீவிர பக்தியில் ஈடுபட்டார். தான் ஒரு கன்னி பக்தனா இருக்க வேண்டுமென அவரே தன்னை மடைமாற்றிக் கொண்டு தன் மனைவி கமலாவிடம் கூட முகம் கொடுத்து பேசுவதை நிறுத்தி விட்டார்.

இன்னும் சில நாட்களில், வேலை அதிகமாகி இரவு நேரம் தாமதமாகி விட்டால் கமலா வயலில் இருக்கும் கூறையில் உறங்கப் போவாள், ராஜனோ முனியப்பன் அருகில் இருக்கும் கல் திட்டில் தூங்க சென்று விடுவார். தன் மீதே நம்பிக்கை இல்லாத அளவுக்கு தீவிர கடவுள் பக்தி. அவ்வப்போது கல் கோடு பார்த்து கணித்து சொல்வதிலும் வல்லமை பெற்றவர்.

அப்படிதான் அன்றும் தங்கராஜ் பேசிவிட்டு போன இரவு ஏழு மணியளவில் கல் கோடு பார்த்து, "உன் சன்னிதானத்துக்கு வர இங்க இருக்குற ஆட்ட, மாட்ட எல்லாத்தையும் எந்த சேதாரமும் இல்லாம பத்தரமா பாத்துகுவியா" என உத்தரவு கேட்டு மூன்று முறையும் உருட்டிப் பார்க்க, வழி விட்டு உத்தரவு வந்தது. அந்த நேரத்தில் கமலா தன் கணவனுக்கு இரவு உணவைக் கொண்டு

வந்தாள். மோட்டார் அறையின் மேல் தங்கராஜ் காற்றோட்டமாக படுத்துக் கிடக்க, கமலாவுடன் காவலாக வந்து ராஜன் இருவரும் தங்கராஜிடம் வந்து சேர்ந்தனர். அதன் பிறகு தங்கராஜிடம் தானும் டூருக்கு வருவதாக ராஜன் தெரிவித்தார். இதுதான் நடந்தது என அனைத்தையும் இந்திராவிடம் சொன்னார் தங்கராஜ்.

“செரிண்ணா எதுனா ஒன்னு வூட்ல இருக்கரவங்கிட்ட சொன்னாதா தெரியும் எல்லாத்தையும் மனசுக்குள்ளயே போட்டு வச்சுக்கிட்டு காட்லயே கெடந்தா நம்ம என்ன பண்றது. நீ சொல்லிதா எனக்கே இப்ப தெரியுது.”

“சரி இந்திரா, உங்க அப்பனோட போட்டு பையனதா அனுப்பிவுடு” என தங்கராஜ் சொல்ல, தீனா பள்ளிக்கூட துணியை போட்டு கொண்டு இவர்கள் பேசுவதை காதில் வாங்கிக் கொண்டிருந்தான். அவனும் இதற்கு முன்பு வரை டூரை பற்றி எந்த யோசனையும் இல்லாதவனாய் இருந்தான். தங்கராஜ்சொன்னதிலிருந்து தீனாவின் சிந்தனை முழுக்க இரவு டிராவல்ஸ் பஸ்ஸில் பஞ்சு போன்ற அந்த சீட்டில் அமர்ந்து, அதில் போடும் பாடல்களை கேட்டு ஆட்டம் போடவும் குதூகலமாக இருக்கவும் எண்ணம் தோன்றியது. ஆனால் இன்னும் அம்மா எந்த பதிலும் பேசாமலிருக்க, அடுத்து பேசப்போகும் வார்த்தையை சற்று ஆவலாகவும், உண்ணிப்பாகவும் கேட்டுக் கொண்டிருந்தான்.

“பையன அனுப்புறதா இருந்தா இப்பவே சொல்லு அப்பதா சீட்டு கணக்குகெடுக்க முடியும்”

“எங்கணே எங்கப்பனும் ஒரு வார்த்த சொல்லல, எங்க அம்மாகாரியும் ஒரு வார்த்த சொல்லல எப்புடி அனுப்புறது.”

“நீ டிக்கெட் காச மட்டும் குடு பையன நான் கூட்டிட்டு போய்ட்டு பத்தரமா வந்து ஒப்படைச்சுப்புடற”

“கைல காசு இல்லணா, இருந்தா இப்ப கூட குடுத்து கூட்டிட்டு போனாணு சொல்லிருவனே.”

“சரி இந்திரா அப்ப நான் போய் இன்னும் ரெண்டு, மூனு டிக்கெட்டுக்கிட்ட சொல்லனும், டிரைவர் கிட்ட போயும் சாயந்திரம் ஏழு எட்டு மணிக்குள்ள வந்துருனு சொல்லிட்டு வரனும் நேரம்

வேற ஆய்போச்சு'' என சொல்லிட்டு அங்கிருந்து கிளம்பி சென்றார்.

இந்திரா தீனாவிற்கு மதிய உணவை தயார் செய்து டிபன் பாக்ஸில் போட்டு வைத்தாள். இதற்கிடையில் "பொண்ணு, ஏ பொண்ணு'' என ஒரு குரல் கேட்டது. கமலா ஒரு பையில் சமையல் சாமான்களுடன் வீட்டினுள் நுழைந்தாள்.

"என்னமா உன் புருஷன் கோயிலுக்கு போராராம்'' இந்திரா தன் அம்மாவிடம் கடுகடுத்தாள்.

"ஆமா புள்ள நான் வேலை செஞ்சி முடிச்சிட்டு வரத்துக்கு இருட்டு கட்டிபோய்ரும், நீ உங்க அப்பனுக்கு மட்டும் ரெண்டு நாளைக்கு ஆவற மாதிரி புளி சோறு கெலரி கட்டி குடுத்துறு பொண்ணு, அப்புறம் முடிஞ்சா பூரி சுட்டு ஒரு நாலு பொட்டலம் கட்டி குடுத்துறு'' என சொல்லி அதற்கு தேவையான சமையல் சாமான்களை தன் மகளிடம் கொடுத்தாள்.

"ஏன்மா உன் புருஷனுக்கு கொஞ்சமாச்சும் மனசு இருக்கா இந்த பையன கூடவா கூட்டி போவ கூடாது. என்கிட்டயும் சுத்தமா காசு இல்ல பாவம் பையனுக்கு ஆச இருக்காதா''

"ஏ அந்த ஆளு கிருக்கு புடிச்சவ, பீசான்டி என்னானுதா பெத்தாங்களோ'' என தன் கணவனை திட்டிக்கொண்டு "பஸ் பேரு எவ்ளவுவா?'' என கேட்டாள்.

"ஆயிரத்தி ஐநூறு அப்புறம் செலவுக்கு பையங்கிட்ட ஐநூறு ரூவாச்சும் குடுத்தனுப்பனும், மொத்தம் ரெண்டாயிரம் வேணும்.''

இதற்குள்ளாகவே தீனா கமலாவிடம் மெல்லிய குரலில் கண் கலங்க பேசத் தொடங்கினான்,"ஆயா நானும் தாத்தா கூட போய்ட்டு வரயா''

"சரி பவுனு நீ பள்ளிக்கூடம் போய்ட்டுவா, நான் அனுப்பிவுடற, ஏ அப்பனே'' கமலா கண்களும் கலங்க, பால் ஊற்றி வாங்கி சேர்த்து வைத்த பணத்தை சுருக்கு பையில் இருந்து எடுத்து தன் மகளிடம் ஆயிரத்தி ஐநூறு ரூபாவைக் கொடுத்தாள்.

"இந்தா பொண்ணு பையனுக்கு பஸ் சார்ஜ், தங்கராஜ் கிட்ட குடுத்து உங்கப்பனோட அனுப்பிவுடு, மூஞ்சு பொக்குனு போச்சு,

பைய மனசு ஏங்கி போய்ரும்"

"ஏமா செலவுக்கு யார் காசு குடுப்பா"

"அதலாம் உங்கப்பங்கார பாத்துப்பாப்ல பையன கூட்டி போவ சொல்லு"

தன் ஆயா சொன்ன வார்த்தை கேட்டு அளவு கடந்த மகிழ்ச்சியுடன், தன் நண்பர்களோடு டூர் போவதைப் பற்றி பேசிக்கொண்டு பள்ளிக்கு சென்றான் தீனா.

பொழுது சாய்ந்து மாலை ஐந்து மணிக்கு புளியோதரை வாசம் தெரு முழுக்க பரவியது, எண்ணெயில் பொரித்து எடுக்கும் பூரியின் வாசமும் அதற்கு தக்காளி பஜ்ஜியின் வாசமும் சேர்ந்து மனமனத்தது. இந்திராவும் பொட்டலம் கட்டுவதற்கு தயார் செய்து கொண்டிருந்தாள். தன் மகனிடம், ஆயிரத்தி ஐநூறு ரூபாவை தங்கராஜ் மாமாவிடம் குடுத்துவிட்டு, புளி சோறு கட்ட வாழை இலையையும், பழைய செய்தித்தாளையும் வாங்கி வர சொன்னாள்.

ஒரே ஓட்டமாக தங்கராஜ் வீட்டை அடைந்தான் தீனா. வாசலில் நின்றுகொண்டு, "மாமா... மாமா...." என அழைத்தான். தங்கராஜ் டூர் வண்டியை கூட்டி வரப் போயிருப்பதாக அவர் அம்மா சந்தனம் ஆயா சொன்னாள்.

வாழ இலையும், பழைய செய்தித்தாளை மட்டும் வாங்கிக்கொண்டு வீடு வந்து சேர்ந்தான் தீனா. சற்று முன்பு வரை ஆரவாரத்துடனும், கலகலப்பாகவும் இருந்தவன் பள்ளித் தேர்வில் தோல்வியடைந்தவனைப் போல் முகம் வாடிப்போனான்.

நேரம் எட்டை கடந்தது. குளித்து முடித்து விட்டு பொங்கல் பண்டிகைக்கு எடுத்த புது துணியை நான்காவது முறையாக உடுத்தியபோது பேரின்பம் அடைந்தான் தீனா. பின்பு தன் அம்மா உடன் சேர்ந்து பொட்டலங்களை கட்ட ஆரம்பித்தான்.

நெற்றியில் திருநீறு இட்டுக்கொண்டு வெள்ளை வேட்டியை கட்டிக்கொண்டு ஒரு பூப்போட்ட தொள தொளவென இருக்கும் சாம்பல் நிற முழு கை சட்டையை முழங்கைக்கு மேல் மடித்து விட்டு தோள் மேல் சாயம் போன பழைய நீல வண்ண போர்வை மாதிரியான சால்வையை போட்டுக் கொண்டு ஒரு கையில் டார்ச்

லைட்டையும் மறு கையில் பெரிய பிளாஸ்டிக் கவரையும் எடுத்து வந்தார் தீனாவின் தாத்தா.

தன் அப்பாவிற்கு வந்தவுடன் ஒரு சொம்பு தண்ணீர் மொண்டு குடுத்து விட்டு இந்திரா தள்ளி நின்றாள்.

"தாத்தா நானும் உன் கூட வர தாத்தா" என சொல்லி ஒரு முறை உறுதிபடுத்திக் கொண்டான்.

"சரி சாமி, பகவானே உன்ன கூட்டிட்டு போராரு போல" என தாத்தா சொன்னதும் அளவில்லா ஆனந்தம் அவனுள் உட்புகுந்தது.

நேரம் ஓடிக்கொண்டிருந்தது. டிராவல்ஸ் இன்னும் வரவில்லை மணியோ பத்தை தொட்டது, தாத்தா உட்கார்ந்த இடத்திலேயே அதே நிலையில் உறங்கிப் போனார். அம்மா அவ்வப்போது கண்களை மூடி மூடி திறந்தாள். ஆயா காட்டுக்கு பாதுகாவலா வயலின் கூறையிலே தங்கியதால் வீட்டிற்கு வரவில்லை.

தீனாவிற்கு மட்டும் தூக்கமே வரவில்லை. அந்த இருட்டிலும் தன் நண்பன் வீட்டிற்கு சென்று டிராவல்ஸ் இன்னும் வராததன் காரணத்தை விசாரிக்க சென்றான். நண்பனின் அப்பாவோ, "டிராவல்ஸ் வந்துச்சுனா ஆரண் அடிப்பாங்க, அப்ப வாப்பா. இப்ப வீட்டுக்கு போ. இல்லாட்டி இங்கயே தூங்கு எழுப்பிவுடற" என்றார்.

"நான் வீட்டுக்கு போற மாமா. அம்மா அப்புறம் திட்டும் இருட்டுல எதுக்கு சுத்திகிட்டு இருக்கனு". சொல்லிவிட்டு வீட்டிற்கு கிளம்பினான்.

வீட்டின் அருகில் செல்ல செல்ல "பேம்......பேம்......" என ஆரண் அடித்துக்கொண்டே ஒரு வண்டி வரும் சத்தம் கேட்க குடு குடு வென ஓடிப்போய் முதலில் தன் தாத்தாவை எழுப்பினான், அந்த சத்தத்தில் அவன் அம்மாவும் எழுந்தாள்.

வண்டி வந்துவிட்டதால் அவரவர்களுக்கு பிடித்த இருக்கையில் அமர்வதற்கு முந்தி கொண்டு சென்றனர். அதற்குள்ளாகவே வண்டிக்கு பூசணிக்காய் மேல் கற்பூரம் பொருத்தி மூன்று முறை சுற்றி வந்து டிராவல்ஸ் முன் உடைத்தார் தங்கராஜ். தாத்தாவை கூட்டிக் கொண்டு தீனாவும், இருவரையும் வழியனுப்பி விட இந்திராவும்

வந்தாள். ஒவ்வொரு சக்கரத்திற்கும் ஒரு எலுமிச்சை பழம் வைத்துக்கொண்டு இருந்தார் தங்கராஜ். இன்னும் சற்று நேரத்தில் நாம் வண்டியில் ஊர் சுற்றப் போகிறோம் என்ற ஆசையில் மனதில் துள்ளிக் குதித்து பேரானந்தத்தில் இருந்தான் தீனா. வண்டியில் ஏறி அமர்வதற்கு முன் தங்கராஜ் மாமாவிடம் ஆயிரத்து ஐநூறு ரூபாவை குடுக்கப் போனான், "எதுக்கு தீனா காசு" என்று கேட்க "அம்மா தர சொன்னுச்சு மாமா, நானும் வர இது பஸ் பேரு" என்றான். விரு விருவென இந்திராவை நோக்கி சென்றார் தங்கராஜ்.

"அண்ணா என் மவனையும் கூட்டிட்டு போ ணா"

"என்னா காரியம் பண்றிங்க பாரு அப்பனும் மவளும். இப்ப வந்து சொன்னா என்னதா பண்றது வண்டில எடம் வேற இருக்காது, எல்லா சீட்டுக்கும் ஆளுங்க இருக்குது, உங்கப்பா மடிமேல தான் ஒக்காந்துகிட்டு வரனும், எனக்கே சீட்டு இல்ல. கடசி நேரத்துல முத்துவோட கொழுந்தியாவும், அவங்க புள்ளங்களும் வராங்கனு எவ்வளவு காசுனாலும் வாங்கிக்கோ ரெண்டு சீட்டு வேணும்னு இப்பதா, நான் கைல கூட வாங்கல காச சோப்பில வெச்சுட்டு போய்ட்டா"

தீனா செய்வதறியாது திகைத்துப் போனான். கண்களில் கண்ணீர் ததும்பியது, ராசனும் தங்கராஜிடம் எவ்வளவோ முயற்சி செய்து பார்த்தார், ஒன்றும் எடுபடவில்லை. பேரனை மட்டும் அழைத்துப் போகுமாறு ராஜன் சொன்னார், ஆனால் இந்திராவோ அதற்கு சம்மதம் தெரிவிக்கவில்லை. "பரவால நீ போய்ட்டுவா ப்பா அடுத்தவாட்டி வேணா போய்க்கலாம்" என்றதும், அந்த நொடி தீனாவிற்கு கதறி அழ மட்டுமே தோன்றுகிறது. இருந்தும் அழ முடியவில்லை அம்மா திட்டுவாள், மீறினாள் அடிப்பாள் ஒன்றும் செய்ய முடியவில்லை. "தாத்தா என்னையும் எப்படியாச்சும் கூட்டிட்டு போ" என மனசு தவியாய் தவித்தது, மனம் அலையாய் அடித்துக் கொண்டே இருந்தது, நேரம் கடந்து செல்ல அனைவரும் இருக்கையில் அமர்ந்து விட்டனர், வண்டி புறப்படத் தயாரானது.

"ராசா ஏறி வா கௌம்பலாம்" என்றது ஒரு குரல். தாத்தாவும் மன நெருடலோடு ஏறி உள்ளே போனார். பேரனைப் பார்க்க முடியாமல் மகளிடம் மட்டும் திரும்பிக்கூட பார்க்காத நிலையில் "போய்ட்டு வரமா"னு சொல்லி உள்ளே சென்று இருக்கையில் அமர்ந்தார்.

"பூவாட கட்டிக்கிட்டு
தாளம்பூ சூடிக்கிட்டு
பூ போல சிரிச்சிக்கிட்டு
தீ சட்டி எடுத்துக்கிட்டு
ஆசைபட்டு கேக்கரதெல்லாம் கொடுக்க வந்தா மாரியாத்தா"

L.R. ஈஸ்வரி பாடல் வண்டியில் ஒலிக்க வண்டி கிளம்பி சென்றது. இந்திரா தன் மகனை இறுக்கி அனைத்தவாறு வீட்டிற்குக் கூட்டிச் செல்ல கண்களை கசக்கிக் கொண்டே தோளில் பையை சுமந்தவாறு அந்த இருளில் நடந்து சென்றான் தீனா.

*****

மேம்பாலம்

நேரான பாதையில் தேங்கி கிடந்த ஒரு கூவம் கால்வாயின் குறுக்கே இருபதடி உயரத்தில் வாகனங்கள் செல்வதற்கும் பொதுமக்கள் பயன்படுத்துவதற்கும் நெடுஞ்சாலை அமைக்கப்பட்டு ஒரு மேம்பாலம் கட்டப்பட்டிருந்தது. போட்டி போட்டுக்கொண்டு முன்னும் பின்னும் எதிரெதிர் திசையில் மக்கள் இரு சக்கர வாகனங்களிலும், பேருந்துகளிலும், அந்த அதிகாலை நேரத்தில் சென்று கொண்டிருந்தனர். சில மணி நேரத்துளிகள் கடந்து நேரம் ஏழு மணியை எட்டியபோது ஏழு பேர் கொண்ட குழு ஒன்று மேம்பாலத்தை ஒட்டி வலது புறத்தில் இருக்கும் ஒரு சிறிய சந்திலிருந்து ஒருவர் பின் ஒருவராக நடந்து தார் சாலையை ஒட்டி ஓரமாக அமைக்கப்பட்டிருக்கும் கடைகளின் வெளிப்புறத்தில் தரையில் அமர்ந்தனர். சில நிமிடங்கள் கழித்து மீண்டும் தார் சாலையின் இடது புறத்தில் மேட்டுகுப்பத்திலிருந்து ஆண்களும், பெண்களும் கலந்து பத்து பேர் கொண்ட மற்றொரு குழு ஒன்று மேம்பாலத்தை நோக்கி வேகவேகமாக நடந்து வந்து கொண்டிருந்தனர்.

பின் நேரம் கடக்க கடக்க வொயரால் பின்னப்பட்ட பையிலும், பிளாஸ்டிக்கவரிலும், மதிய உணவும், முழுவதும் நிரப்பிய தண்ணீர் பாட்டிலையும் கையில் எடுத்துக் கொண்டு எண்ணெய் வடிந்த முகத்துடனும், மஞ்சள் பூசிய பொளிவுடன் சில பெண்களும், அழுக்கு படிந்த லுங்கி மற்றும் சட்டையை அணிந்து கொண்டு தலைமுடியை வாராமல் சில ஆண்களும் மேம்பாலத்தை நோக்கி வந்தார்கள்.

நேரம் எட்டு மணியை எட்டியபோது மேம்பாலத்தின் மேல் வலப்புறமும் இடதுபுறமும் பேருந்துக்கு காத்திருப்பது போல அன்றைய வேலைக்குச் செல்வதற்கு கிட்டத்தட்ட நாற்பது அல்லது ஐம்பது பேர் கொண்ட அந்த கூட்டம் காத்துக் கொண்டிருந்தது.

மீண்டும் நேரம் நகர்ந்து கொண்டே இருக்க ஒவ்வொருவரும் வெவ்வேறு விதமான அசைவுகளை வெளிப்படுத்தி கொண்டிருந்தனர். ஒருவன் அங்குமிங்குமாக நடந்து கொண்டிருந்தான், நான்கு பேர் சேர்ந்து பாலத்தின் சுவற்றில் சாய்ந்தவாறு புகையிழுத்துக் கொண்டிருந்தனர், சில பெண்கள் வாயில் வெற்றிலை போட்டு மென்று கொண்டிருந்தனர், சிலர் வட்டமாக நின்று பேசிக்கொண்டிருந்தனர், ஒருசிலர் இமைமூடாமல் சாலையை வெறித்து மிகுந்த ஏக்கத்தோடு வறண்டு போன விழிகளை வைத்து பார்த்துக்கொண்டிருந்தனர்.

சட்டென்று ஒரு இரு சக்கர வாகனத்தில் தலைமுடி நரைத்தும், சாயம் போன காவி வேட்டி மற்றும் தொள தொளவென பழைய வெள்ளை சட்டையை உடுத்தியும், நெற்றியில் இருக்கும் சுருக்கத்தோடு கலந்து இவர் இட்டிருக்கும் பட்டை நேராக வரையப்பட்டு, தோளில் அதே காவி நிறத்தில் சாயம் போன துண்டை கழுத்தில் ஒரு சுற்று சுற்றியவாறு தன் பெயருக்கேற்றார் போல் குட்டியாக ஒரு ஆள் வந்தார். அவர் அனைவராலும் செல்லமாக "குட்டிணா, குட்டியண்ணா" என்றும் சில நேரங்களில் "மேஸ்திரி" என்றும் அழைக்கப்படுவார்.

குட்டி தனது வாகனத்தை நிலையாகக் கூட நிறுத்தாமலிருக்க ஆறு பேர் அவரை சுற்றி சூழ்ந்து விட்டார்கள். அவர் தனது வண்டியை விட்டு இறங்காமல் அமர்ந்தவாறே "ரவி" என்று அழைத்தார். சுற்றிருப்பவர்களிலிருந்து ஒருவன் முன்னே வந்தான்.

ரவியிடம், "இன்னிக்கொரு ஏழு பேரு போதும் நாலு பெரியாளு, மூனு சித்தாளு, குப்பம்மா எங்க.....?" என குட்டியண்ணா ரவியிடம் கேட்க, ரவி அழைப்பதற்கு முன்பே மேஸ்திரியை சுற்றியிருந்தவர்களில் இன்னொருத்தர் சீறிப்பாய்ந்து "குப்பமாக்கா... குப்பமாக்கா.... யெக்கா....." எனக் கத்தினார்.

தார் சாலைகளில் செல்லும் வாகனங்களின் இரைச்சலும், வண்டிகளில் அமுக்கப்படும் ஹாரன் ஒலியும் கலந்து காற்றோடு செல்ல, பின் இன்னொருத்தர் சற்று ஓடிப்போய் குப்பம்மாவை அழைத்தார். பிறகு குப்பம்மாக்கா மேஸ்திரியை நோக்கி வந்து,

"சொல்லுங்க மேஸ்திரி" என்றாள்.

"இன்னிக்கு மூனு பேரு சித்தாளுக போதும்" என சொல்லி, "அப்புறம் உனக்கெங்க வேற வேலயிருக்கா.....?" எனக் கேட்டு "இருக்குதோ இல்லையோ நீ வந்துரு இன்னும் ரெண்டு வாரத்துக்கு இங்கயே வேலருக்கு. தெனமும் அங்கயிங்கனு அலையாத சரியா. மொத்தம் ஏழு பேரு சீக்கிரம் அமிஞ்சிக்கர சைட்டுக்கு வந்துருங்க. ரவி, நாளு நாளைக்கு முன்னாடி போனல அந்த சைட்டுதா எல்லாத்தையும் கூட்டிட்டு போய்டு ,கரட்டா பத்து மணிக்கெல்லாம் சைட்டுக்குள்ள போய்டனும் பாத்துக்க. இந்தா பஸ்பேரு நூறு ரூவா வெச்சுக்க" என்று மேஸ்திரி குட்டியண்ணா சொல்லிவிட்டு கிளம்பினார்.

இவர்களும் அந்த வழியாக செல்லும் 15F வெள்ளை பலகை மகளிர் கட்டணமில்லா பேருந்துக்காக காத்துக்கொண்டிருந்தார்கள். பாலத்தின் அருகில் உள்ள சிலரை அவர்களுக்கு அறிமுகமில்லாத நபர்கள் வந்து அழைத்து சென்றனர். மற்றும் சில பேர் தங்களுக்கு தெரிந்தவர்களின் மூலமாக தகவல் அறிந்து புறப்பட தயாராகினர். நேரம் 9:10am தாண்டி சில நிமிடங்கள் கடக்க சூரியனோ தனக்கே உரிய வெப்ப ஆற்றலை வெளிப்படுதினான்.

அந்த காலை நேரத்திலே பெரிய கூட்டத்தை நிரப்பிக்கொண்டு தள்ளாடிய நிலையில் 15F பேருந்து நிறுத்தத்தில் நின்றது. கூட்ட நெரிசலில் வேர்த்துப் போய் சிலர் இறங்க, மீண்டும் தன்னுள் அடக்கிக்கொள்ள முடியாத மற்றொரு கூட்டத்தை ஏற்றிக்கொண்டு பிராட்வே வரை குலுங்கிக்கொண்டே புறப்பட தயார் நிலையில் இருந்தது அப்பேருந்து.

இப்போது நேரம் பத்து மணியைத் தொட்டது. கடந்த இரண்டரை அல்லது மூன்று மணி நேரமாக பெரும்படையைச் சுமந்து கொண்டிருந்த அந்த மேம்பாலம் அனைவரையும் வழியனுப்பி மீண்டும் அவர்களை அடுத்த நாள் இதேபோல் வழியனுப்ப சாக்கடையினுள் புதைந்து கிடக்கும் தன் தூண் கால்களை வலுப்பெறச் செய்து வீரியமாகக் காத்துக்கொண்டிருந்தது.

அன்று சாயங்காலம் ஆறு மணியளவில் வேலை முடிந்து வீட்டுக்கு செல்வதற்கு முன் அன்றைய சம்பளத்தை முழுவதும் தராமல் அட்வான்ஸாக ஆளுக்கொரு இருநூறு கணக்குபோட்டு நான்கு ஆம்பளை ஆட்களுக்கு மட்டும் ரவியிடம் கொடுத்தார் மேஸ்திரி. இது வார சம்பள வேளை என்பதால் பொம்பளை

ஆட்களுக்கு சம்பளம் கொடுக்கவில்லை மேஸ்திரி குட்டியண்ண. பெண்களுக்கு பேருந்தில் கட்டணம் இலவசம் என்பதால் வீடு திரும்புவதற்கான பஸ் சார்ஜும் கொடுக்கவில்லை. “காலைல குடுத்த நூறு ரூவால எங்களுக்குத் தரவேண்டிய ஆளுக்கு பத்து ரூவா கணக்கு பண்ணி மொத்தம் முப்பது ரூவா வேணும்” என குப்பம்மாக்கா கேக்க, ரவி தன்னுடைய பாக்கெட்டிலிருந்து மூனு பத்துரூவா தாள எடுத்துக் குடுத்தான். அதை வாங்கிக் கொண்டு மூவரும் வீட்டிற்குச் செல்ல புறப்பட்டனர். காலையில் மட்டும் பேருந்துக்கான கட்டணம் தருவது, அவர்கள் காலை வேலைக்கு சீக்கிரம் வர வேண்டும் என்ற சுயநலம் தான்.

நான்கு பேரும் 15Fல் சின்மயா நகர் நிறுத்தத்தில் இறங்கினர். ரவி இறங்கியவுடன் ஆளுக்கு நூற்றி ஐம்பது ரூபாய் குடுத்தான். அனைவரும் பேருந்து நிறுத்தத்திலிருந்து நூறு மீட்டர் தொலைவில் இருக்கும் அரசு அங்கீகாரம் பெறப்பட்ட பார் வசதியுடன் கூடிய மதுபான கடைக்கு சென்று தலைக்கு அறுபது வீதம் போட்டு நூற்றி இருபது ரூபாய் குவாட்டர் பாட்டில் இரண்டு வாங்கினர். பாருக்குள்ளே நுழையாமல் இரண்டு பிளாஸ்டிக் டம்ளரையும் பத்து ரூபாய் தண்ணீர் பாட்டிலையும் வாங்கிக் கொண்டு மது கடைக்கு பக்கத்திலே நின்றுகொண்டே ஒருவன் பாட்டிலை திறந்து டம்ளரில் அளவாக ஊற்றி குடித்தான், இன்னொரு பாட்டிலை திறந்தும் சரியாக அளவு பிரிக்கப்பட்டு தண்ணீர் கலந்து இருவர் பாட்டிலிலே தண்ணீரை ஊற்றி குடித்தனர்.

அந்த வொயின் ஷாப்பிற்கு வழக்கமாக சரக்கு வாங்க வந்த வரதராஜ் எதேச்சையாக ரவியை சந்தித்து பேசினான். ரவியும் வரதராஜும் ஆரம்பகாலத்தில் ஒன்றாக இருந்து ஒரே மேஸ்திரியிடம் வேலைக்கு சென்றபோது பழக்கம் ஏற்பட்டு தொழில்ரீதியான நட்பு வைத்திருந்தனர். பின்பு பிரிந்து மேஸ்திரிகளுக்கு தேவையான வேலையாட்களை செட் செய்து அனுப்புகின்ற வேலையையும், அவர்களுடன் சேர்ந்து அதே வேலையையும் பார்த்து வந்தனர். பின்பு இரண்டு வாரங்கள் கழித்து இப்போது இருவரும் சந்தித்தனர். வரதராஜ் ரவியிடம்,

“ஏங்க மிசி வேலைலா எப்படி போகுது, உங்கள பாக்கவே முடில பரவால பிஸியாருக்கீங்க போல சந்தோஷம் தான்..... மிசி இருங்க சரக்கு வாங்கிட்டு வந்துற” னு பதில் பேச்சைக்கூட கேட்காமல் ஆவலாக சரக்கை வாங்கிகொண்டு வந்து, “மிசி......” என்று

வரதராஜ் அழைத்தான்.

ரவி, “நீங்களும் தான் ஆளையே காணும் பிஸியாயிட்டீங்க போல....” என்றான்

“அட நீங்க வேற பிஸியாருந்து யென்ன பிரயோஜனம் சில்ற தாயோளிக வேலை மட்டும் சொல்றாங்க சம்பளம் தரமாட்றானுங்க. பேமண்ட் வாங்குறதுக்குல்ல நாயா பேயா காக்க வேண்டியதாருக்கு.....அவசரத்துக்கு உதவாத பணம் யென்னா மயிறு பணம்” என்று கவலையாக சொன்னான் வரதராஜ்.

அதற்கு ரவி, “விடுங்க நம்ம செய்ற வேல அப்படிதான.. ஒருசில யெடத்துல அப்படிதா இருக்கும்.. நம்ம யெப்பவுமே அந்தமாதிரி யெடத்துக்கு போறதில்ல.....முன்னபின்ன லேட்டானாலும் சொன்ன டயத்துக்கு காசு கரட்டா வந்துரும்”

“பரவாலயே......மிசி நமக்கு தெரிஞ்ச பைய ஒருத்த இருக்கா. வேல ஏதும் செட்டாகல நம்மகிட்ட எதுனா இருந்தா சொல்லுங்க நாளைக்கே அமுச்சி வைக்குற. நமக்கு ரொம்ப வேண்டிய பைய. வூட்டுல சும்மாதா கெடக்குறா, நல்லா வேல செய்யற பையந்தான்” என்றான் வரதராஜ்.

“அப்டினா நாளைக்கு காலையில சீக்கிரமா பாலத்துக்குக்கிட்ட வரச்சொல்லுங்க பாத்துக்கலாம்”

அனைவரும் தங்களின் உரையாடல்களை முடித்துக்கொண்டு அவரவர்கள் வீட்டிற்குச் சென்றனர். அதில் இருவர் கோயம்பேடு பேருந்து நிலையத்துக்குச் சென்று பட்டியில் அடைக்கப்பட்ட ஆட்டு மந்தைகள் போல் ஆண்களும், பெண்களும் சாதி, மதம், பாகுபாடு பார்க்காமல் ஒன்றோடு ஒன்றாக கலந்து உறவினர்களைப் போல் வரிசையாக உறங்கிக் கிடந்த சின்ன இடைவெளியில் நுழைந்து அவ்விடத்தை நிரப்பி தூங்குவதற்கு இடம் கிடைத்த மகிழ்ச்சியில் கொசு கடியையும் பொருட்படுத்தாமல் தன் இடுப்பில் இருக்கும் லுங்கியை அவிழ்த்து இழுத்து மூடி கால்களை குறுக்கிக் கொண்டு உறங்கினர்.

அன்று இரவு இரு பெண்களும் தங்களின் வீட்டிற்கு ஏழு மணிக்கு சென்றடைந்தனர். குப்பம்மா காலை முழுவதும் வேலை

செய்து அழுக்கு படிந்த நிலையில் கூட்ட நெரிசலில் பேருந்தில் சிக்கி வேர்த்துப் போய் வீட்டிற்கு வந்து சமையல் செய்ய, தன் நண்பர்களுடன் கபடி விளையாட்டை முடித்து விட்டு வியர்வை யோடு வீட்டினுள் நுழைந்தவுடன் பொடக்காலிக்கு சென்று குளித்து விட்டு தன் அம்மாவை குளிக்கச் சொன்னான். காதில் வாங்கதவளாய் தன் வேலையை பார்த்துக் கொண்டிருந்தாள். அந்த நேரத்தில் அவன் அப்பா வேலை முடித்து விட்டு வீட்டிற்கு வந்தவுடன் குளிக்கச் சென்றார். அதற்குள்ளாகவே நேரம் கடந்து செல்ல இரவு பத்து மணியைத் தொட்டது அனைவருக்கும் பறிமாறி விட்டு இவளும் அவர்களோடு சேர்ந்து சாப்பிட்டாள். பின் மகன் உறங்கப் போனான்.

இன்னும் அதே வேர்வை நாற்றம், அதே களைப்பு, உடல் சோர்வு அவளை சுற்றிக் கொண்டிருக்க, அவளின் கணவனுக்கு அவளின் வேர்வை நாற்றம், வாசனை திரவியமாக மாறிப்போய் குப்பமாவைச் சுற்றி வர, தன் கணவனின் உடல் களைப்பை ஆசுவாசப்படுத்துவதற்கு இவள் உடல் சோர்வையும் பொருட்படுத்தாமல் வலியோடு வலியாக கலவியில் ஈடுபட்டாள். ஒரு பத்து நிமிடம் கழித்து அவன் தன் விந்தை அவளின் பெண்ணுறுப்பில் வெளியேற்றி விட்டு உறங்கிபோனான். அவள் உறுப்பினுள் இருக்கும் விந்தானது வழிந்து தொடையில் நழுவி படிந்து பிசு பிசுப்பை ஏற்படுத்தி ஒருவிதமான நெருடலை உருவாக்கியது. பின் தன்னுடைய பாவாடையால் துடைத்து விட்டு களைப்போடு களைப்பாக அதே இடத்தில் உறங்கிப் போனாள். அடுத்த நாள் அதிகாலை 4:30am எழுந்து குளித்துவிட்டு இரவு சாப்பிட்டு கழுவாமல் போட்ட பாத்திரத்தை கழுவி, சாப்பாடு செய்து அன்றைய வேலைக்குச் செல்ல மேம்பாலத்தை நோக்கி நடந்தாள்.

*****

மைரு

காலைல அம்மா செஞ்ச வறுத்த தக்காளி சோத்த சாப்புட நேரம் இல்லாம டிபன் பாக்ஸ்ல போட்டுக்கிட்டு பள்ளிகொடத்துக்கு நேரமாச்சுனு வடிச்ச சோத்து கஞ்சு மட்டும் குடிச்சிட்டு இருந்தன். அம்மா வேற ஒரு பக்கம் திட்டிக்கிட்டே இருந்துச்சு காலைல சாப்படாம போறனு, நான் எதையும் காதுல வாங்கல.

“யம்மா நான் தான் பாக்ஸ்ல போட்டு எடுத்துகிட்டல கிளாஸ்ல போய்ட்டு பிரேக்ல கொஞ்சம் சாப்புட்டுக்கற, மதியமும் சாப்புட்டுக்கற”னு ஒருவழியா எங்க அம்மாவ சமாதானம் பண்ணிட்டு நண்பர்களோட கௌம்பிட்டேன்.

நான் ஏழாவுது படிக்கிற. எனக்கு தக்காளி சோறுனா ரொம்ப பிடிக்கும். நேத்து நைட்டு பேஞ்ச தூக்க மழைல வெறவுலாம் வேற நெனஞ்சு போச்சு. அடுப்பும் கூட நெனஞ்சு போச்சு. காலைல அம்மா வாச கூட்டலானு வழக்கம் போல எந்திரிச்சி வந்துச்சி,

“இந்த சண்டாள மழை இப்படி பழியெடுத்து புடிச்சே” னு ஒரு பக்கம் புலம்பிட்டு இருக்க, ராஜாமணி பெரிமா சந்தோஷமா வந்துச்சு.

“கடவுள் புண்ணியத்துல எப்படியோ மழை பேஞ்சுருச்சு, மேட்டு காடுலா ஓட்டி, கல்ல கொட்டய வெரய்குற வேலைக்கு வறியா” னு கேக்க,

“பையனுக்கு சோறு ஆக்கி தருனும், நேரமாய்ரும் நான் வரலக்கா” னு சொல்ல, ராஜாமணி பெரிமா பக்கத்து வூட்டுல ஆள கூப்ட போய்ருச்சு.

எங்கம்மாவும் ஒருவழியா வாசல கூட்டி முடிச்சிருச்சு, எங்க

தினேஷ் இரவிச்சந்திரன்

வீட்டுல மண்ணடுப்பு தான். இப்ப அடுப்ப பத்த வெச்சு சோறு, கொளம்பு செய்யனும், வீட்டுல இருக்குற மினுக்கு காயுதம்லா பொருக்கி தீக்குச்சி உரசி பத்த வெச்சா, குச்சி எறியர வரைக்கும் தான் காயதம் உருகி எறியுது அப்புறம் தீ அனஞ்சு பொக மட்டும் தான் வருது. இதையே எங்கம்மா அஞ்சு, ஆறுவாட்டி பண்ணிக்கிட்டே இருந்துச்சு. இதுனால ஈரமான அடுப்பு கொஞ்சமான பொகைலயும் சின்ன தீயிலியும் ஈரம் போயி வெது வெதுப்பா ஆச்சு.

நான் நல்லா போர்வய மூடி கயித்து கட்டுல படுத்துட்டு இருந்தன், "முகிலா.....முகிலா.....எழுந்துருபா சாமி சாமியா இருப்ப"னு கூப்டுட்டு இருக்க நானும் போர்வைய உதறிட்டு கண்ணுல வெரல வெச்சு உறிட்டிகிட்டே எழுந்து போய் அடுப்புக்கு பக்கத்துல அங்கங்க சின்ன சின்னதாக நுனிங்கி கரி படிஞ்சு இருந்த டேக்ஸ்வுல முழுசா நிரம்பி இருந்த தண்ணில அஞ்சு விரலயும் சேத்து மேலாவ வாரி வாயில் ஊத்தி கொப்பளிச்சி தண்ணீரை துப்பிய பின் மீண்டும் நீரில் விரல்களை நனைத்து கண்களையும் முகத்தையும் துடைத்து விட்டு "சொல்லுமா"னு கேக்க, ஒரு பழைய டம்ளர கைல குடுத்து "விஜியா அத்தகிட்ட போயு, அம்மா இன்னிக்கு தான் ரேசன் கடையல வாங்குதா அடுப்பு பத்த வெக்க சீமெண்ண கேக்குது, அப்புறமா குடுக்குதானு சொல்லி வாங்கிட்டு வா"னு சொல்லி என்ன அனுப்ப.

நானும் டம்ளர் முழுசா வாங்கி எடுத்துட்டு வர அதற்குள்ளாக அரிசியில் இருந்த நெல்லையும், சின்ன சின்ன கல்லையும் பொறுக்கி தண்ணில போட்டு அலசிட்டு இருந்துச்சி. வந்து குடுத்ததும் அடுப்புல கொஞ்சம் ஊத்திட்டு வெறவு கட்டுல இருந்து அடியில இருக்குற நாலஞ்சு வெறவ எடுத்து கையால ஒடுச்சி அடுப்புல வெச்சி மறுபடியும் சீமெண்ணய லைட்டா ஊத்தி பத்த வெக்க ஆடிக்கிட்டே நெருப்பு எரிய, வீட்டுக்கு முன்னாடி போட்ருந்த தெண்ண பந்தல அஞ்சு ஓலைய புடுங்கி சொருவ அனல் கொஞ்சம் வேகமாக எறிந்தது.

நேத்து நைட்டு வெச்ச அவரகொட்ட கொளம்புல தேங்காய் போடறதுக்கு பேத்த மட்டய பாத்திரம் கழுவதற்காக எடுத்து வைத்திருந்தாள் அம்மா. தற்போது அந்த தேங்காய் மட்டயும் எடுத்து அடுப்புல சொருவினாள் அனல் இப்ப நல்லா புடிச்சு எறிய ஆரம்பமாச்சு, அப்பப்போ அனஞ்சாலும் ஊதாமன வெச்சு ஊதி அடுப்ப எறிய வைக்கும், இதுனாலயே நேரம் வீணாகி லேட்டாய்

போச்சு. எப்படியோ ஒருவழியா எங்கம்மா எனக்கு புடிச்ச தக்காளி சோறு செஞ்சி குடுக்க நானும் எடுத்துக்கிட்டு வந்து கிளாஸ்ல உட்காந்துட்டு இருக்குற.

என்னதான் அரசு பள்ளியாக இருப்பின் வருடாந்திரம் ஸ்பெசல் பீஸ்னு ஒன்னு ஒவ்வொரு மாணவர்களும் கட்டணும். அதிகபட்சமாக நூறுவாக இருக்கக் கூடும், கட்டணம் ஒவ்வொரு சாதியைச் சேர்ந்த மாணவருக்கு ஏற்றார் போல் அமையும், சில சாதியைச் சேர்ந்த மாணவ, மாணவிகளுக்கு அனைத்தும் இலவசம் என்பார். அப்படியொன்றும் இல்லை அனைவரும் கட்ட வேண்டிய கட்டாய நிர்பந்தம். இந்த கட்டணம் எதற்காக வசூலிக்கப்படுகிறது என்று மட்டும் யாருக்கும் தெரியவில்லை.

முதல் பாடப்பிரிவு நேரம் முடிந்தது. அடுத்த பாடம் எடுப்பதற்கு ஆசிரியர் இன்னும் வரவில்லை. நான் தான் வகுப்பறையின் தலைவன். கட்டணம் வசூலித்து அவர்கள் பெயரை எழுதிக்கொண்டு வகுப்பு ஆசிரியரிடம் ஒப்படைக்க வேண்டும். இன்றுடன் இரண்டாவது நாள் அதனால் மாணவர்கள் என்னிடம் குடுக்க நான் வாங்கிய பணத்தை கொடுப்பதற்கு ஆசிரியர் அறைக்கு எடுத்துச் செல்கிறேன். கணக்கினை ஒப்படைத்தேன் இப்போது மீண்டும் வகுப்பறை நோக்கி வருகிறேன் இன்னும் ஆசிரியர் வரவில்லை. சத்தம் காதுகளை கிழித்தது. மாணவிகள் அமைதியாக புத்தகங்களின் பக்கத்தை புரட்டின. அஜந்தா வேணுமென்றே சத்தமாகபடித்தாள், புனிதா தனது அழகான குரலால் அதட்டினாள். இவள் தான் மாணவிகளின் தலைவி.

இரைச்சல் அதிகம் வர பக்கத்து வகுப்பில் பாடம் எடுத்த ஆசிரியர் உள்ளே நுழைந்து சற்று அதட்டியதால் சில நிமிடங்கள் மௌனம் காத்தது வகுப்பறை. கடைசி வரியின் மூலையில் உட்காரும் டிங்கிடி என் இடத்தில் உட்கார்ந்திருந்தான். இவன் CMS கிறிஸ்டியன் விடுதியில் தங்கி படித்து வருபவன் கொஞ்சம் முரடானவன். இவனுடைய அண்ணன் பள்ளியிலே மிகப்பெரிய கபடி வீரன். பண்ணிரெண்டாம் வகுப்பு மாணவரைக் கூட தன் அசாத்திய திறமையால் வென்று விடுவான். இவன் விளையாடும் விதத்தை சில நேரங்களில் பி.டி ஆசிரியருடன் இணைந்து மற்ற வகுப்பு ஆசிரியரும் வேடிக்கை பார்ப்பார்கள். அந்தளவிற்கு அவனின் கால்கள் பம்பரம் போல் சுழன்று கொண்டிருக்கும். இவனின் தனித்துவமே எதிரணியின் களத்தில் சென்று இரு கைகளையும்

30

வடக்கு தெற்கு திசையைப் பார்த்தவாறே தோள்களுக்கு நிகர உயர்த்தி கையின் விரல்களை வானம் பார்த்தவாறு உள்ளே வெளியே திருப்பி ஒருவிதமாக ஆட்டம் ஆடி இரு கால்களையும் மடக்கி வகுப்பினுள் தரையில் அமர்வதைப் போல் மைதானத்தில் உட்கார்ந்து உட்கார்ந்து எழுவான். இதற்கென்றே இவனுக்கு தனி இரசிகர் பட்டாளமே உண்டு. எனக்குத் தெரிந்து இதுவரை எவரும் இவனை வளைத்துப் பிடித்த பாடில்லை. இதில் ஒவ்வொரு முறையும் தோல்வியே தழுவினார்கள் எதிரணியில் இருப்பவர்கள்.

அண்ணனின் புகழால் எல்லா வாத்தியாரிடமும் டிங்கிடிக்கு சுலபமாக அறிமுகம் கிடைத்து விடும். எந்த பிரச்சனையாக இருந்தாலும் ஒன்று ஆசிரியரை தன் வசப்படுத்தி விடுவான், அல்லது ஆசிரியரே கன்னத்தில் செல்லமாக கிள்ளி அனுப்பிடுவார். சில நேரங்களில் எடுபடாது. சகோதரனைப் போலவே உயரம் குறைவாக இருந்தாலும் நல்ல உடல்வாகு உள்ளவன். விடுதியில் தங்கி படித்து வருவதால் பெரும்பாலும் வீட்டு மாணவர்களுடன் நட்பு வைத்திருப்பான். பெரும்பாலும் இதையே அவர்களும் விரும்பினர். இவனின் நட்புக்குக் காரணம் விடுதியில் குடுக்கும் உப்பு சப்பில்லாத காரமில்லாத அந்த உணவு தான். மதிய உணவு இடைவேளை டிங்கிடி இல்லாமல் கழியாது. சில சமயங்களில் காலையில் சாப்பிடாமல் வந்துவிட்டால் வீட்டில் இருந்து கொண்டு வந்துள்ள டிபன் பாக்ஸினை திறந்து சாப்பிட்டு விடுவான்.

அப்படித்தான் இன்று இப்போது முகிலனின் தக்காளி சாப்பாட்டை முக்கால்வாசி தின்றுவிட்டான். சில பருக்கைகள் கீழே சிதறிக் கிடக்க முகிலனுக்கு சந்தேகம் எழுந்து டிபன் பாக்ஸினை எடுத்தான். கணமாக இல்லை அவனுக்கு புரிந்து விட்டது. திறந்து பார்த்தான் கடல பருப்பு, உளுந்து பருப்பு போட்டு அம்மா தனக்கு ஆசையாக செய்து தந்த தக்காளி சோறு நாலுவாய் சோறே உள்ளது. ஒன்றும் பேச முடியாமல் தன்னுள் எழும் அவன் மீதான கோபத்தை அடக்கிக் கொண்டு புன் சிரிப்பை சிரித்தான். மதிய உணவு இடைவேளை வந்தது, டிங்கிடி கொண்டு வந்த விடுதியின் உணவு அங்கு வரும் நாய்களுக்கு விருந்தானது. அதுவும் தன் பங்கிற்கு இரண்டு தடவை நாவால் நக்கி தின்றுவிட்டு, அடுத்த இடத்தை நோக்கி நகர்ந்தது. அங்கு சிதறிக்கிடந்த விடுதி உணவை காக்கையும், குருவியும் கொத்தி எடுத்துச் சென்றன. முகிலன் தன் நண்பர்களோடு கலந்து மதிய உணவினை ஒரு வழியாக உண்டு கழித்தான்.

பொதுவாகவே விடுதி மாணவர்கள் ஒரு பிரிவாகவும் வீட்டில் இருந்து செல்லும் மாணவர்கள் ஒரு பிரிவாகவும் தான் சேர்ந்திருப்பார்கள். ஆனால் இப்போது தான் புரிகிறது டிங்கிடி ஏன் எங்களோடு அதிகம் சேர்ந்து சுற்றுகிறான் என்று. ஆனாலும் உணவை மட்டும் ஒரு காரணமாக சொல்லிவிட முடியாது. எதுவாக இருப்பின் எனக்கு பிடித்த தக்காளி சோறு சாப்பிட முடியவில்லை. எனது ஏக்கம் என்னை விட்டு இன்னும் நீங்கிய பாடில்லை.

இன்று வியாழக்கிழமை, எங்கள் ஊரில் ஒவ்வொரு வாரமும் இதே நாளில் சந்தை கூடும். பெரும்பாலும் இந்த நாளன்று அனைவரின் வீட்டிலும் கறி குழம்பாகத்தான் இருக்கும். எங்கம்மாவும் ஆட்டுக்கறியோ அல்லது மாட்டுக்கறியோ ஏதேனும் ஒன்றை எடுத்து சமைத்திருப்பாள். அதனால் வீட்டில் உள்ள தக்காளி சோற்றை யாரும் சீண்ட வாய்ப்பில்லை. எப்படியும் மிச்சம் இருக்கும். நாம் வீட்டிற்குச் சென்று தனக்குப் பிடித்த தக்காளி சோறை சாப்பிட்டுக்கலாம் என்று மனதை சற்று சமாதானம் செய்து கொண்டேன்.

பள்ளி முடிந்து மாலை வீடு திரும்பினேன். ஆயா எனக்கு பிடித்த லட்டு நான்கு வாங்கி, ஒரு மினு காயுத கவரில் கட்டி என்னிடம் குடுக்க, நான் அதை வாங்கிக் கொண்டு பள்ளிப் பையினை இறக்கி வைத்து விட்டு நேராகச் சென்று வடசட்டினைத் திறந்து பார்த்தேன். ஒருவர் சாப்பிடும் அளவிற்கு தக்காளி சோறு நல்ல மனமாக இருந்தது. ஒரு கை கரண்டியளவு கையில் எடுத்து வாயில் போட்டு மென்று தின்றேன். அடுப்பு சட்டியில் என்ன கறியென்று தெரியவில்லை. சட்டியில் ஆவி பறக்க கறி சலசல தண்ணீர் சத்தத்துடன் வெந்து கொண்டிருந்தது.

நான் ஊர் நண்பர்களோடு மாரியம்மன் கோவிலுக்கு அருகிலுள்ள ஆலமரத்தின் அடியிலிருக்கும் வேரை பிடித்துத் தொங்கி விளையாடவும், போலீஸ் திருடன் விளையாட்டை விளையாடவும் சென்றேன். ஒரு ஆளைச் சுற்றி பெரிய வட்டமிட்டு அதனுள் இருந்து ஒரு இடது காலை தூக்கி அதன் வழியாக எந்த திசையினாலும் குச்சியை தூக்கி தூரமாக எறிந்து விட்டு அனைவரும் மரத்தின் மீது ஏறிவிடுவோம். அதில் ஒருவன் எறிந்த குச்சியை எடுத்து வந்து வட்டத்தினுள் போட்டுவிட்டு மரத்தின் மீதேறி யாரேனும் ஒருவனை தொட்டுவிட வேண்டும். அப்படி யாரை முதலில் தொடுகிறானோ அவனே திருடன். அவன் மரத்தின் மீது

ஏறி தொடுவதற்குள்ளாகவே யாரேனும் ஒருவன் மரத்திலிருந்து தாவி கீழே குதித்து வட்டத்தினுள் இருக்கும் குச்சியை எடுத்து விட வேண்டும். இது தான் நாங்கள் தினமும் மாலையில் விளையாடும் அதிகப்படியான விளையாட்டு. இதில் எல்லோருக்கும் திருடனாக இருப்பதே பிடித்தமான ஒன்று. அப்போதுதான் போலீஸை அலையவிட முடியும் என்ற எண்ணம்.

சூரியன் சாய்ந்து நிலா வெளிச்சத்திலும் ஆட்டம் தொடரும். எங்கள் கூட்டத்தின் சத்தத்தை சகித்துக்கொள்ள முடியாத பெருசுகள் "நேரமாவுலயா உங்களுக்கு இன்னும் என்ன வெளையாட்டு போங்க எல்லாரும் அவுங்கவுங்க வூட்டுக்கு போங்க" னு சத்தம் வரும். பின் எங்கள் அம்மாவின் பெயர்கள் ஒவ்வொன்றாக படிப்பார்கள், அப்போது தான் நாங்கள் இடத்தை விட்டு போவோம் என்று எண்ணி. கூட்டில் இருக்கும் தேனை கல்லைக் கொண்டு எறிந்தால் அங்குமிங்குமாக ஓடி மீண்டும் அதே இடத்தில் மொய்க்குமோ அதுபோலவே நாங்களும் இப்போது பறந்து நாளை இதே இடத்தில் மொய்க்க தயாராவோம்.

ஒரு வழியாக விளையாட்டை முடித்து விட்டு வீட்டினுள் நுழைந்தேன். அம்மா திட்டினாள், "கை, காலு கழுவிட்டு உள்ளபோ" என்று. நானும் தக்காளி சோறு சாப்பிடுவதற்கு ஆவலாக அம்மா சொன்னபடியே செய்து ஒரு சொம்பை குடத்தினுள் விட்டு தண்ணீரை மொண்டுகொஞ்சம் குடித்து விட்டு, கிண்ணத்தை எடுத்து தக்காளி சோறை போடுவதற்குப் போனேன். வடசட்டியின் மேல் மூடியிருந்த தட்டினை எடுத்தேன் ஒரு பருக்கைக் கூட மிச்சமில்லாமல் வறண்டு தண்ணீர் மட்டும் ஊற்றி வைக்கப்பட்டிருந்தது. "அம்மா" னு கத்தினேன். "தக்காளி சோறு எங்க" னு கத்தி கேட்டேன். சாதுவாக "வடசட்டில பாருடா" னு சொல்ல, என் ஒட்டுமொத்த ஆதங்கம் கோவமாக மாறி வெளியில் வார்த்தையாக வந்தது, "இதுல என்ன மைரா" இருக்கு.

நான் பேசிய முதல் கெட்ட வார்த்தையாம். மைருனு சொன்னவுடனே எங்கம்மா என்ன வேகத்துல வந்துச்சுனு தெரில. பின் மண்டைல ஒரு போடு, கைல கறிகிண்ட வெச்சிருந்த கரண்டியால, "ஏன்டா கட்டித்தீனி, புண்டவாயா, மைருனா சொல்ற" னு அடி அடினு அடிக்க, நான் "ஐயோ யம்மா ஐயோ யப்பா" னு கத்த, பக்கத்து வூட்டுல இருந்த விஜியா அத்த வந்து வெளக்கி வுட்டுச்சு.

"ஏண்டி கோனவாச்சி, மென்டல் புண்ட என்னத்துக்குள பையன போட்டு இந்த அடி அடிக்கிறவ"னு கேட்டுச்சு. என்ன தடுக்க வந்த அத்த கைல எங்கம்மா சுளிருனு கரண்டியால அடிக்க, அந்த வலியால வந்த கோவத்துல அத்த அப்டி பேசுனுச்சு.

"மொளச்சு மூணு எள வரல மைரா..... மைருனா சொல்ற.... வா எல்லாத்தையும் ஒட்ட நருக்கிபுடற"னு திட்டிட்டுகிட்டு இருந்துச்சு. நான் தேம்பி தேம்பி வலிய தாங்க முடியாம தக்காளி சோறு சாப்பட முடியாத வருத்தத்துல அழுதுகிட்டு இருந்த.

"பிரகாசு பைய வந்தான். எக்கா பயங்கரமா பசிக்குதுக்கா சோறு ரவுண்டு இருந்தா போடுக்கானு சொன்னா, அவனுக்கு கறி நாத்தம் புடிக்காது. குட்டிபயா கறில வேற கைய வெச்சுட்ட, நீ போட்டு திண்ணுப்புட்டு போடானு சொன்ன, தம்பிகார மவ வாய்வுட்டு சோறு கேட்டு போட்டு தர முடியலியேனு எனக்கு வெசனம் புடிச்சு போச்சு, அவனுக்கும் தக்காளி சோறுனா புடிக்கும் ஒருவாய் சேத்து தின்னுவா, ராத்திரிக்கு கறிகொளம்புனால, மவன் எல்லா சோத்தையும் தின்னுட்டு போய்ட்டான் போல"னு விஜியா அத்த கிட்ட சொல்லிட்டு இருந்திச்சு எங்கம்மா.

"அடிபோடி ஈன கெட்ட கூதி இதுக்காடி போயி பையன கரண்டியால அடிப்ப"னு சிரிச்சுக்கிட்டே திட்டுனுச்சு. அது பேசுறத பாத்து அழுதுகிட்டு இருந்த எனக்கும் சிரிப்பு வர அடக்கிட்டு அழுதுகிட்டு இருந்த.

"உன்ன யாரு பொம்பள கூப்புட்டு தடுக்க வர சொன்னது. அப்டியே தம்பி மவ கத்தன வுடனே கரிசன காட்றவ"னு எங்கம்மா பேசிகிட்டு இருந்துச்சு.

அப்படித்தான் இதுக்கு முன்னாடி ஒரு நாள் எங்கம்மாவ ரொம்ப நேரம் கூப்புட்ட காதுலய வுழல போலனு, நல்லா சத்தமா "ஏய்........ அம்மா"னு கூப்புட்ட, அன்னிக்கும் அப்புடிதா செம அடி.

"யாராட ஏய்னு கூப்டற....நான் என்ன உன் அப்ப கூத்தியாளா... ஏய்னு கூப்டற" னு செம அடி அடிச்சுச்சு.... அதுக்கப்புறம் இன்னிக்குதா இவ்ளோ அடி வாங்குன.

அடுத்த நாள் பள்ளிக்கூடம் போகும் போது என் ப்ரண்டு

கிட்ட நடந்ததுலான் சொல்லிட்டு இருந்த, அவன் "அட சுன்னி... இதுக்காடா உங்க அம்மா அடிக்குது"னு சொல்லி சிரிச்சுட்டு.

எங்க வீட்ல எங்கம்மா எங்கப்பன எப்புடி தெரியுமா திட்டும்னு சொல்லி ஆரம்பிச்சான், "டேய்... கேன புண்ட உனக்குளா எதுக்குடா பொண்டாட்டி புள்ள, புண்டய நக்கதான்டா நீயல்லா லாய்க்கி மீசைய வேற வெச்சுக்குட்டா வெக்கமே இல்லாம ஏன் சாண்ட குடிச்சா கூட உனக்கு புத்திவராதுடா சுன்னிபயா..உன்னலா உங்கம்மா பெத்தால இல்ல பேண்டால... உங்கப்பனுக்குதா பெத்தாலா உங்கம்மா எவ்வளவு திட்டனாலும் சூடு சொறனையே வர மாட்டுதே... கண்டவ சுன்னிய ஊம்பி ஊம்பியே மூத்தரத்த குடிக்கற மாதிரி குடிச்சிட்டு வந்தறா தேவிடியா பைய... என் வயிறு எரியற மாதிரி நீயும் எரிஞ்சு நாசமா போவடா"னு அழுதுகிட்டே திட்டிக்கிட்டு இருந்துச்சு. "ஒரு நாளைக்கா ரெண்டு நாளைக்கா இவன் எளவுலா எடுக்க தெனமும் குடிச்சிட்டு வரதுலாம என்னையும் அடிக்க வரா போதாதைக்கி உங்கமலா ஓக்கனு கேக்குறா போய் உங்க அம்மா கூட படுறா அரிப்பெடுத்த குடிகாற பையா..."

என்னடா சொல்ற இப்டிலாமா உங்கம்மா திட்டும்,எங்கம்மாவும் அப்பப்போ எங்கப்பா இல்லாத போது பயங்கராமா திட்டும்னு நான் சொல்ல, என் நண்பன் "வுடறா அதுங்க ரெண்டும் மென்டல் கூதிங்க திடிர்னு சண்ட போடுவாங்க, திடீர்னு ஏன் பொண்டாட்டி மாதிரி இந்த உலகத்துல யாருமே இல்லனு எங்கப்ப சொல்லுவா, எங்கம்மா அதுக்குமேல ஆயிரம் தான் இருந்தாலும் என் புருஷன் இல்லாட்டி இவங்களா மதிப்பாங்களா"னு சொல்லிக்கிட்டு திரியும்னு பேசிக்கிட்டே நடந்து போனோம்.

வகுப்பில் ஆசிரியர் ஒழுக்கத்தை பற்றியான பாடம் எடுத்துட்டு இருந்தார். எடுத்து முடித்த பின் வகுப்பில் ஒருவன் தூங்கி தூங்கி விழுவதைக் கண்டார். தன் கையில் வைத்திருக்கும் சுண்ணாம்பு கட்டியைத் தூக்கி அவன் மீது எறிந்தார். அவனோ அடர்ந்த காட்டு தீயினுள் சிக்கிக்கொண்டவனைப் போல் சில வினாடி திகைத்துப் போனான். "என்ன மைரு புடுங்கிட்டனு தூங்கிட்டு இருக்க... நீலாம் படிச்சு என்ன கிழிக்க போற..." என்று திட்டி தீர்த்தார்.

*****

மெர்சி

என் எழுத்துகளுக்குப் பின் ஒளிந்திருக்கும் அத்தனை பிழைக்கும் ஒரு முற்றுப்புள்ளி வைத்தது மட்டுமில்லாமல் சரி செய்து சீரமைத்து, என் தலையெழுத்தை பிழையாக்கி முற்றுப்புள்ளி வைத்து விட்டாள். இந்த பிரபஞ்சத்தில் என் கண்ணில் அவள் தென்படாமல் இருந்திருக்கலாம், இல்லை... இல்லை நான் அன்று அந்த மேடை ஏறாமல் இருந்திருக்க வேண்டும். கவிதையாம்.... கவிதை பெரிய சமூக சீர்திருத்த கவிதை வாசித்துவிட்டேன் போலஎன்னைதேடிவந்தாள்.அன்று அரங்கமே வாய்விட்டு குபீரென்று சிரித்தது அவள் மட்டும் இரசித்தாள் போல. வந்தவள் ஒற்றை வார்த்தையில் பேச்சை முடித்துவிட்டு கண்களால் ஆயிரம் வார்த்தைகளை பறிமாறிவிட்டு மின்னலைப் போல் மறைந்தாள். ஒரு நிமிடம் திகைத்துப் போனேன். இரண்டு வருடத்திற்கு முன் என்னைவிட்டு பிரிந்து போன உறவு நான் தேடாமலே, மறந்து போன என் நினைவினை கிளரிவிட்டது. அவளை பின் தொடர்ந்தேன் அந்த பெண்கள் கூட்டத்தில் மறைந்து போனாள்.

அழகான தமிழ் பெயர், மதுரம் என்று அழைப்பதற்கே இனிமையாக இருக்கும். ஏழாம் வகுப்பு படிக்கும் காலகட்டத்தில் இருந்தே நாங்கள் இருவரும் காதலித்து வந்தோம் அப்போது அவள் ஆறாம் வகுப்பு படித்தாள். எங்கள் காதலில் அப்போது காமம் இல்லை, முழுக்க முழுக்க அன்பு ஒன்றை மட்டுமே பரிமாற்றம் செய்தோம். கிட்டத்தட்ட ஏழு ஆண்டுகள் கடந்ததே எனக்குத் தெரியவில்லை. ஒவ்வொரு நாளும் இரவு தூங்குவதற்கு முன் கடைக்குச் சென்று மிட்டாய் வாங்கிக் கொண்டு, அவளைப் பார்த்தால் தான் அன்றைய நாளே இனிமையானதாக நிறைவடையும். நான் முதலாமாண்டு கல்லூரி படித்துக் கொண்டிருந்தபோது, அந்த ஒரு நாளுக்குப் பிறகு என் வாழ்க்கையே என்னை விட்டுப் பிரிந்தது.

திடிரென ஒரு புது எண்ணிலிருந்து ஒரு அழைப்பு, எடுத்து பேசினேன், எப்போதும் கலகலப்பாக இருக்கும் அவள் குரல் அன்று மெலிந்து போனது. எனக்கு நிச்சயம் முடிந்துவிட்டது, பண்ணிரெண்டாம் வகுப்பு தேர்வு முடித்த அடுத்த ஒரு வாரத்தில் திருமணம் என்று சொல்லி அழைப்பை துண்டித்து விட்டாள். அழுகை ஒரு பக்கம், கோவம் மறுபக்கம், வெறுப்புணர்வு என் உடல் முழுக்க ஊடுருவிக் கிடந்தது. பித்து பிடித்தவனைப் போல் திரிந்தேன், அவள் அழைப்பிற்கு ஒரு வாரம் முன்புதான் ஏழுமலையானுக்கு என் தலை மயிரை பறி கொடுத்தேன். இப்போது என் மதுரத்தையும் பறி கொடுக்கப் போகிறேன். ஒவ்வொரு நாளும் அவள் நினைவு தான். அழுதழுது உறங்கிப் போவேன், தூங்கி எழுந்ததும் அழுகுவேன், மூன்று மாத காலம் சேது படத்தின் இறுதி காட்சியில் வரும் சீயானைப் போல் உளாவினேன். என்ன ஒரு வித்தியாசம் என்றால் என் கை, காலில் விலங்கு ஒன்று தான் பூட்டவில்லை, மற்றபடி நானும் விடுதியில் தான் தங்கினேன். சில நேரங்களில் என் மண்டயை நானே சுவரில் மோதிக் கொள்வேன், விரல்களை மடக்கி ஓங்கி ஓங்கி சுவற்றில் குத்துவேன்.

எல்லாம் அவன் மீதான வெறுப்பு.

“தாயோளிக்கு இருபத்தொன்பது வயசாகுது, பாவம் அவளுக்கு இப்பதா பதினெட்டு வயசு நடக்குது. பொண்ணு வயசுக்கு வந்துட்டா போதும் உடனே கல்யாணம் பேச்சு தான், அதுலயும் தோலு கொஞ்சம் வெள்ளையா இருந்தா போதும், வயசு வித்தியாசம் தெரியாம கட்டிக்கப் போறவங்கிட்ட இருக்குற காசு, பணத்துல மயங்கி கல்யாணம் பண்ணி வெச்சுருவாங்க. இதுல வசனம் வேற நாங்க எது பண்ணாலும் எங்க புள்ளைக்கு நல்லது தான் பண்ணுவோம்னு.”

அவளைப் பெற்றவர்களின் ஆசைக்காக, அவளின் கனவோடு என்னையும் சேர்த்து புதைத்து விட்டுப் போனாள். அப்போது "பியோதர் தஸ்தயேவ்ஸ்கி” என் நினைவில் வந்து போனார்.

ஒரு குடும்ப சூழ்நிலை காரணமாக வறுமையை போக்குவதற்கு பாலியல் தொழிலில் ஈடுபடும் பெண்ணும், தனக்குப் பிடிக்காத தன்னை விட பத்து வயதிற்கு மேலான ஒரு ஆணுக்கு அதே ஏழ்மையை காரணமாக வைத்து பணம் பலம் படைத்தவன் என்ற ஒரே காரணத்திற்காக திருமணம் நடத்தி வைக்கப்பட்டால் அந்த

பெற்றோர்களே விபச்சார தொழிலை செய்ய சொல்வதற்கு சமம் என்பதை நான் படித்து புரிந்து கொண்டேன். பாலியல் தொழில் செய்யும் அந்த பெண்ணிற்கு கிடைக்கும் சுதந்திரம் கூட, அன்று என் மதுரத்திற்கு கிடைக்காமல் போனது. ஒரு வித்தியாசம் என்னவென்றால் அவள் பிடித்த ஆண்மகனோடு பாலியலில் ஈடுபடுவாள். என்னவள் தன் வாழ்நாள் முழுவதும் பிடிக்கிறதோ இல்லையோ அவன் ஒருவனோடு மட்டும் பாலியலில் ஈடுபடுவாள். அவன் ஒருத்தனுக்கு மட்டும் என்னவள் விபச்சாரியாகிப் போனாள்.

இப்போது கல்லூரியில் முதலாமாண்டு பொறியியல் படிப்பை படித்துக் கொண்டிருக்கிறேன். வாலிப வயது என்னை வாட்டி எடுக்கிறது. இத்தனை ஆண்டுகளாக அவளிடம் அன்பை மட்டுமே வெளிப்படுத்தி வந்தேன், அவளும் அதுபோலவே ஆனால் இப்போது அவள் வேறொருவனுக்கு மனைவியாகப் போகிறாள். என் மனவோட்டத்தில் வெவ்வேறு வகையான எண்ணங்கள் வந்து வந்து செல்கின்றன. முதல் முறையாக என் அன்பும் அவள் மீதான காமமும் இச்சையும் ஒன்றென கலந்தது. நான் இரசித்து, அனுபவித்து, புணர வேண்டியவளை வேறொருவன் புணர போகிறான் என்பதை நினைத்து நினைத்து அனலில் தளராமல் என் மனம் வெந்து கொண்டே இருக்கிறது. அது மட்டுமில்லாமல் அவன் மூர்க்கத்தனமாக புணர்ந்தால், அதை எப்படி எதிர்கொள்ளப் போகிறாள். இந்த இளம் வயதில் குடும்ப தலைவி, இன்னும் ஓராண்டில் ஒரு குழந்தைக்குத் தாயாகி இருப்பாள். இதையெல்லாம் எப்படி கையாளுவாள். இவளே ஒரு குழந்தை போல தான் இருப்பாள். இது போன்று என் கற்பனை எண்ணத்தில் அவள் மீதான பல கேள்விகள் என்னுள் ஊற்றாக ஊறிக் கொண்டே இருக்கிறது. இதன் வெளிப்பாடு தான் அன்று தலையை முட்டியதும், கைகளை சுவற்றில் குத்தியதும்.

நாட்கள் கடந்தது, காலம் மாறின மதுரம் என் நினைவில் இருந்து தள்ளிபோனாள், ஆனால் மனதில் மட்டும் ஒரு ஓரத்தில் இருந்து கொண்டே இருக்கிறாள். என்னிடமிருந்து விலகி சென்றவளை, என்னை நோக்கி வந்தவள் நினைவு படுத்தினாள். இதனால் தான் அவளை தேடி ஓடிக் கொண்டிருக்கிறேன், மறைந்து விட்டாள்.

இப்போதுநான் இரண்டாமாண்டுபடித்துக்கொண்டிருக்கிறேன். கல்லூரி கலைநிகழ்ச்சியில் மேடையில் நான் வாசித்த கவிதையை பாராட்டிவிட்டு மறைந்து போனவளின் உடன் வந்தவளை பிடித்து

அவளின் பெயரைக் கேட்டறிந்தேன், “மெர்சி” என்று கூறிவிட்டுச் சென்றாள்.

அடுத்த நாள் விடுமுறை, என்னுடைய மனம் என் கட்டுபாட்டில் இல்லை. கரையில் ஒதுங்கும் அலையானது கரையை உரசி கரைப்பது போல் மெர்சியின் நினைவால் என் மனம் கரைந்து போகிறது. மீண்டும் பிரபஞ்சம் என்னுள் ஒரு புதிரை எழுப்பியது? கடந்த ஒன்றை வருடமாக, இதே வழியில் தான் என் வகுப்பறைக்கு வந்து போகிறேன், என் வகுப்பில் செலவிட்ட நேரத்தை விட நான் கல்லூரி வளாகத்தில் சுற்றி அலைந்து திரிந்த நேரம் தான் அதிகம். அப்போதெல்லாம் என் கண்ணில் அவள் தென்படவில்லை. தற்போது மனம் படபடவென வேகமா அடித்துக்கொண்டது. இந்த இரவை கடப்பதற்குள் நான் அனுபவித்த துயரத்தை விவரிக்க வார்த்தைகளே இல்லை.

விடிந்ததும் கல்லூரி. வழக்கமாக நாங்கள் வகுப்பறைக்கு தான் தாமதமாக செல்வோமே தவிர, கல்லூரிக்கு முன்னதாகவே சென்று அனைவரையும் வரவேற்று வழியனுப்பி வைப்போம். அன்றும் முன்னதாகவே சென்று விட்டேன். அந்த கண்களை என் கண்கள் தேடின. சுவற்றில் தொங்கவிடப்பட்ட கடிகாரத்தின் முள் சுற்றிக்கொண்டே இருக்கிறது. அவளை இன்னும் நான் பார்க்கவில்லை. அவளின் ஒற்றை முகத்தைத் தவிர, தற்போது என் கண்கள் கேமிராவைக் காட்டிலும் வினாடிக்கு ஆயிரம் படங்களை எடுக்கிறது. இன்னும் வந்தபாடில்லை துல்லியமாக ஒன்பது மணிக்கு வகுப்பறை ஆரம்பமாகி விடும். எனக்கோ அங்கிருந்து புறப்பட்டுச் செல்ல மனம் ஒப்பவில்லை. கண்கள் சோர்ந்து போயின.

ஒரு பெண் மட்டும் அதி வேகமாக நடந்து வந்தாள். அதே உயரம், நடையும் அவளுடைய நடையோடு ஒத்திருக்கிறது. நெருங்கி வருகிறாள், அவளே தான், என்னை பார்த்து விட்டாள். அவள் பெயரை கேட்டறிந்த நான், இவளின் பெயரை கேட்க தவறிவிட்டேன். அவளும் என்னை பார்த்துவிட்டாள், மனம் சற்று ஆசுவாசமானது. ஆனால் அவளின் வலது பக்கத்தின் மேல் தளத்திற்கு செல்வதற்கான படிகட்டில் குடு குடுவென ஏறிச் சென்றாள். இதை நான் எதிர்பார்க்கவில்லை. நான் பின் தொடர்ந்து செல்வதற்குள் அவளும் மறைந்து விட்டாள். அங்கிருக்கும் ஏதேனும் ஒரு வகுப்புக்குள் தான் நுழைந்திருப்பாள் என்று தோன்றியது. அங்கிருக்கும் எல்லா அறைகளின் வெளியேவும் சுற்றி வந்தேன்.

மேம்பாலம்

ஒவ்வொரு வகுப்பறையைக் கடக்கும் போதும் என் கண்கள் மீண்டும் படம் பிடிக்க ஆரம்பித்தது, ஆனால் எந்த பயனும் இல்லை. ஏமாற்றம் மட்டுமே எஞ்சியது. அந்த தருணத்தில் நான் ஒடிந்து போனேன்.

“மெர்சி.... மெர்சி....” என்று ஒரு குரல், புத்துணர்ச்சியாக என் நெஞ்சம் நிமிர்ந்து நின்றது. வகுப்பில் மாணவர்களின் வருகைப் பதிவை எடுத்து வந்தார் ஒரு ஆசிரியர். அவளே தான், என் கண்கள் படம் பிடித்தது,

“மேம் இளைஞர் செஞ்சிலுவை குழுவோட நிகழ்ச்சிக்கு போய்ருக்கா மேம். மெர்சியோட OD லெட்டர் இந்தாங்க மேம்” என்றாள்.

எங்கள் கல்லூரியில் எந்த நிகழ்ச்சியாக இருந்தாலும் வேதநாயகம் ஆடிட்டோரியம் தான். இப்போது என் கால்கள் நான் நகராமலே என்னை இழுத்துச் சென்றது. இதோ வந்துவிட்டேன். ஆடிட்டோரியம் வெளியே இரண்டு மாணவர்கள் காவலுக்கு நின்றிருந்தனர். அனேகமாக முதலாமாண்டாக இருப்பதற்கு வாய்ப்புகள் அதிகம். எல்லா விதமான நிகழ்ச்சியிலும் அந்தந்த குழுவிலுள்ள முதலாமாண்டு மாணவரை தான் நிற்க சொல்லுவார்கள். அந்த குழுவின் அடிப்படை உறுப்பினருக்கான எந்த அடையாளமும் என்னிடமில்லை, ஒரு கணம் செய்வதேதும் தெரியாமல் விழி பிதுங்கியிருந்தேன். கதவுகள் திறந்து வெளியே வருபவர்களின் செருப்பு காலடி சத்தம் கேட்டு எட்டிப் பார்த்த போது இரண்டு பெண்கள் கைகளை கோர்த்த படி சிரித்து கொண்டே வெளியே சென்றார்கள்.

முதல் பாடப்பிரிவுக்கான வகுப்பு நேரம் முடிய போகிறது, அடுத்ததாக மெக்கானிசம் பாடம், என் உடல் மெக்கானிசமோ என்னிடமில்லை,எல்லாம்அவளை சுற்றிதான்.அந்த ஆசிரியருக்கும் எனக்கும் முன்னதாகவே ஒரு சிறு முரண். வழக்கம்போல மாதம் இரண்டு நாள் விடுமுறையில் வீட்டிற்குச் செல்லும் போது, கல்லூரியின் பேருந்து நிறுத்தத்தின் எதிரில் அமைந்திருக்கும் கடையில் நான் புகைப்பிடிப்பதை அவர் பேருந்தின் இருக்கையில் அமர்ந்தபடி சன்னலின் வழியே பார்த்தார். நானும் கவனித்தேன், வேண்டுமென்றே மீண்டும் புகையை இழுத்து இழுத்து விட்டேன். அப்போது அவருக்கும் எனக்கும் எந்தவித தொடர்பும் இல்லை.

அப்போது அவர் ஒரு ஆசிரியர் அவ்வளவுதான், இன்னும் சொல்லப்போனால் இதற்கு முன்பு வரை எனக்கு பாடம் எடுக்கவும் வந்ததில்லை, எங்கள் துறை சார்ந்த ஆசிரியரும் இல்லை. ஆனால் விதி யாரை விட்டது, மூன்றாவது செமஸ்டரில் வேறொரு பாடப்பிரிவு எங்களுக்கு வந்தது, அவரோட நல்ல நேரமா அல்லது எனக்கான கெட்ட நேரமோ என்று தெரியவில்லை, வலையில் சிக்கிய மீனைப்போல் மாட்டிக்கொண்டேன் அவரிடம். முதல் நாள் வகுப்பில் நுழைந்ததுமே கண்களை ஒரு சுழற்று சுற்றினார், நானோ எனக்கு முன் அமர்ந்திருப்பவனின் முதுகு புறமாக உடம்பை குறுக்கி தலையை மறைத்தேன். "5th Row left bench 3rd person stand-up" குபீரென்று வயிற்றை கலக்கியது, கல்லூரி வந்தும் ஒரு பள்ளி மாணவனாகவே நான் பிரதிபலித்தேன். ஆனால் இம்முறை என்ன நடந்தாலும் பரவாயில்லை என்று வெளித்தோற்றத்தில் மட்டும் தைரியமாக இருப்பது போல் பாவனை செய்தேன். என் பெயர் கேட்டார், சொன்னேன். தலையை மெதுவாக இரண்டு தடவை ஆட்டிய பிறகு உட்கார சொன்னார். அன்றிலிருந்து இன்று வரை ஒரு பயம் கலந்த மரியாதை இருந்து கொண்டேதான் இருக்கிறது, காரணம் தெரியவில்லை. ஒருவேளை அன்றே அவர் என்னிடம் கேட்டிருந்தால் ஏதேனும் ஒரு முடிவு தெரிந்திருக்கும். என்னவென்று நான் யோசிப்பது, ஒருவேளை அவர் அதை மறந்திருக்கக் கூடுமோ என்றால் அதற்கு வாய்ப்பேயில்லை, அதனால் தான் என்னவோ ஒரு பதற்றம் இருந்துகொண்டே இருக்கிறது.

பதற்றத்தோடு சேர்த்து அவளை இன்னும் பார்க்கவில்லை என்கிற ஏக்கமும் கூடி இதயதுடிப்பை அதிகமாக்கியது. எனது கால்களை மெதுவாக நகர்த்தினேன், "கல கல" வென ஒரு சிரிப்பு சத்தம் என் காதில் ஒலித்தது. கூந்தலை விரித்து விட்டபடி மஞ்சள் சுடிதாரை அணிந்து கொண்டு நடந்து வந்தாள். சுண்டிய நரம்புகள் முறுக்கேறின, வலுவிழந்த உடல் எலும்புகள் புத்துணர்ச்சி பெற்றன. அவளே தான் இரண்டு மணி நேரம் காத்திருப்பிற்குப் பின் கிடைத்த பலன். உற்சாகத்தின் உச்சியில் என் மனம் துள்ளி குதிக்கிறது. என் கண்கள், அந்த பெண்கள் கூட்டத்தில் அவளை மட்டும் உற்று நோக்கியது, பல்வேறு கோணங்களில் காட்சி எடுத்து மூளைக்கும், இதயத்திற்கும் அனுப்பி வைத்தது.

என்னை பார்த்தாளா இல்லையா என்றே எனக்கு தெரியவில்லை, ஆனால் பார்த்ததற்கான சாத்திய கூறுகள் உள்ளன என்று என் ஆழ்மனது என்னிடம் சொன்னது. என்னை பார்த்ததற்கான ஒரு

அறிகுறியும் அவளிடம் தென்படவில்லை. அன்று என்னை தேடி வந்தவள், இன்று அவளுக்கு அருகில் இருந்தும் கண்டுகொள்ளாமல் கடந்து செல்கிறாள். மீண்டும் என் மனம் ஏமாற்றத்தைத் தழுவியது. இந்த காத்திருப்பே அவளுக்கானது தான் என்பதை எப்படி நான் தெரிவிப்பேன்.

கீழே ஏதோ விழுந்து கிடந்தது. அநேகமாக கல்லூரியின் அடையாள அட்டையாக இருக்கலாம். கையில் எடுத்தேன். நேரத்தை வீணடிக்காமல் அந்த பெண்கள் கூட்டத்தைத் தாண்டி முன்னே நின்றேன். “Hello Excuse me, இதுல மெர்சி யாரு” என மெர்சியிடமே கேட்டேன். மிகவும் இயல்பாக சற்று புன்னகையுடன், “என்னோட பெயர் உங்களுக்கு எப்படி தெரியும்” எனக் கேட்டாள்.

வார்த்தைகள் எதுவும் பேசாமல் நானும் பற்களே தெரியாத ஒரு சிரிப்பை சிரித்து கையில் வைத்திருந்த அவளின் அடையாள அட்டையை காண்பித்து, “உங்களோடது தான்” என்று சொன்னேன். அவளையே அவள் ஒருமுறை பரிசோதித்த பின், “ஐயோ ரொம்ப நன்றி எப்படி விட்டனு எனக்கே தெரியல... ரொம்ப.. ரொம்ப நன்றி” என்றாள். அவளிடம் ஒப்படைத்தேன். பேசுவதற்கு வார்த்தையின்றி தவித்தேன், “நான் கௌம்புற” என சொல்லி விலகிப் போனாள்.

“சரியான மக்கா இருக்கான்டி, மேடை ஏறி கவிதை வாசிக்கிறா, ஒரு பொண்ணுகிட்ட பேசறதுக்கு இப்படி தயக்கபடுறா”

“இப்ப உனக்கு என்ன பிரச்சனை, வந்தவன் எதுவுமே பேசாம போறானு வருத்தமா” என அவள் தோழி கேட்டாள். “ச்சே ச்சே நான் எதுக்கு வருத்தப்படபோற, அவன் மூஞ்ச பாத்தாலே தெரியுது, என்னைய பாக்கதா வந்துருக்கானு, சரி நாமலாவே எதுக்கு தேடி பேசனும், அவனுக்கா பேச தோணுச்சுனா வந்து பேசட்டும், அதுக்கப்புறம் நாம பேசிக்கலானு விட்டுட்ட. ஆனா, அவனா வந்து பேசுற மாதிரி ஒன்னும் தெரியல, அதனால நானே என்னோட ஐடி கார்ட வேணும்னே கீழ போட்டுட்டு வந்த, எப்படியும் எடுத்துட்டு வந்து பேசுவானு தெரியும், ஆனா இவ்ளோ வேகமா வந்து பேசிட்டு போவானு தெரியலடினு” தோழியிடம் நடந்தவற்றை கூறினாள்.

இப்போது நினைத்தாலும் கூட வாய்விட்டு சிரிக்கத்தான் தோன்றுகிறது. அந்த மஞ்சள் நிற ஆடையில் கண்டதும் எனக்குள்

கவிதை தோன்றியது, தற்போது இதெல்லாம் ஒரு கவிதையா என்று கூட எனக்குள் கேள்வி எழும்புகிறது. இதோ உங்களுக்கா மீண்டும் ஒருமுறை எழுதுகிறேன். "உன் ஆடையின் நிறமோ மஞ்சள் , நீ தான் என் காதலி ஏன்ஞ்சல்"

கொஞ்சம் பதற்றமாகத்தான் இருந்தது, என்ன சொல்லுவாள் என்று. நானே எதிர்பார்க்கவில்லை, கண் இமையை அகல விரித்தாள் அவளின் கருவிழிகள் என்னை பயமுறுத்தின. முகத்தில் சட்டென சிரிப்பை பொழிந்தாள், அந்த இடத்திலே நான் காலி. சிறுவயதில் நான் பார்த்த படத்தின் வசனம் என் நினைவுக்கு வந்து சென்றது, "அவளைப் பார்க்க ரெண்டு கண்ணு பத்தாதுடா, ரெண்டு கண்ணு பத்தாதுடா." இப்போது எனக்கும் அதே உணர்வு தான், அந்த தருணத்தில் நிஜமாகவே என்னால் அவளை உற்று நோக்க முடியவில்லை, ஒரு புதுப்பெண் போல தலைகுனிந்து அவள் பாதத்தை இரசித்துக் கொண்டிருந்தேன். பூவின் இதழ் கூட சில சமயங்களில் அதன் தன்மை விட்டு மாறிப்போகும், ஆனால் அவளின் பாதம் வாடாமல் அதே மென்மையோடு இருந்தது. அவள் அணிந்திருந்த காலணி, இலகுவாக அதனுள் நுழைந்த அற்புத பாதத்தை இன்னும் மெருகூட்டியது. விழி பிதுங்கி சிரித்தவள் "இன்னொரு தடவை சொல்லு" எனக் கேட்டாள். நான் தலைகுனிந்தவாறே மீண்டும் அந்த அற்புதமான கவிதையை சொன்னேன். மறுபடியும் அவள் "என் முகத்தைப் பார்த்து சொல்லவும்" என்று கேட்டுக் கொண்டாள். ஒரு நொடி கூட தாழ்த்தாமல் அவள் விருப்பத்தை நிறைவேற்றினேன். சிரித்த முகத்தோடே ஒரு வினா எழுப்பினாள், "எப்படி யோசிக்கிற இந்த மாதிரிலா?". அடுத்த கணமே "உன்னைப் பார்த்த பிறகு தான்" என்று பதில் அளித்தேன். என்மீது உண்டான ஒருவித பிரியத்தை மெர்சியின் கண்களின் வழியாக அப்போது உணர்ந்தேன்.

அவளுக்காக எழுதி எழுதி என் எழுத்துகளில் இருக்கும் பிழைகளையும், குறைகளையும், சரி செய்தேன். எழுத்துக்களின் மீதான காதல்என்னோடு இரத்தத்தில் கலந்துவிட்டது. பொறியியல் படிப்பின் மீதான என் உணர்வுகள் படிப்படியாக என்னை விட்டு கலைந்து போனது போல், அவளும் என்னிடத்தில் தொலைந்து போனாள். எவ்விதமான உறவுமுறை எங்களுக்குள் இருந்தது என்றே என்னால் சரியாக புரிந்து கொள்ள முடியவில்லை. நான் தீவிரமாக நேசித்தேனா என்பதே என் உள்ளார்ந்த உணர்வுகள் எனக்குள் கேள்வி எழுப்பியது. அன்று கவிதையாக என் காதலை

தெரிவித்தும், அவள் புன்னகையால் கடந்து போனாள், ஆண் மணம் என்றுமே பெண்ணிடம் தோற்று தான் போகிறது. ஒரு பெண் தேடி வந்து பேசியதும், அவள் முன்னாள் காதலியைப் போல் இருந்தாள் என்ற ஒரு காரணத்திற்காக அவள் என் காதலியென எப்படி நான் முடிவு செய்தேன். பெண் புத்தி பின் புத்தி என்று சொல்வார்கள். அதெல்லாம் சுத்தமான பொய் என்று உடைத்து என்னிடம் நிரூபித்து விட்டாள். நான் தான் மடையன் தேவையில்லாத கற்பனை ஊற்றை வளர்த்துக் கொண்டிருந்தேன். பெண் எப்போதுமே தெளிவான தொலைநோக்கு பார்வையில் தான் இருக்கிறார்கள். என் முன்னாள் காதலியும் அப்படிதான், மன்னிக்கவும் இன்னொருவரின் மனைவி ஆனபோது காதலி என்று சொல்வது தவறு. என் முன்னாள் நேசத்திற்குரியவரும் அப்படியே தான். அவளின் பெற்றோர் விருப்பத்திற்காக ஏதோ ஒருவிதமான தொலைநோக்கு சிந்தனையோடு என்னை விட்டு விலகினாள். என் கல்லூரி காதலியும் அதே போலத்தான் மன்னிக்கவும் காதலியல்ல, அவளின்பால் ஈர்க்கப்பட்டு காதலிக்க முயன்றவன். அவளுக்கு என் எழுத்தின் மீதுதான் காதலே தவிர, என் மீதல்ல என்பதை உணரவே மூன்று ஆண்டுகள் தேவைப்பட்டது. அதற்குள் என் கல்லூரி வாழ்வும் முடிந்துவிட்டது. இதன் பிறகு எனக்கும் அவளுக்குமான உறவு சில மாதங்களிலே சிறு இடைவெளியை உண்டாக்கியது. முன்பு போல் தினமும் நேரில் பார்ப்பதில்லை, அடிக்கடி தொலைபேசியில் பேசிக்கொள்வதில்லை, எந்த செயலி மூலமாகவும் குறுஞ்செய்திகளை பரிமாறிக்கொள்வதில்லை. நான் என் கவிதைகளை அனுப்புவதை நிறுத்திக் கொண்டேன். என் கவிதைகள் அவளுக்கு சலிப்பு தட்டிவிட்டன அதற்காக அவ்வளவு மோசமானதாக எழுதியதாக அர்த்தமில்லை.

நான் என் எழுத்துக்களை வேறொரு பரிணாமத்திற்கு எடுத்துச் சென்றேன். மெர்சி, அவளோட வாழ்க்கையில் அடுத்த கட்டத்தை நோக்கி பயணித்தாள். திடீரென ஒருநாள் அவள் எண்ணிலிருந்து ஒரு அழைப்பு, நீண்ட இடைவெளிக்குப் பின் என் மீது அக்கறை கொண்டு நலம் விசாரித்தாள், நான் குதூகளித்தேன், இரண்டு நிமிடம் தான் பேசியிருப்போம் கிட்டத்தட்ட ஆறு வருட வாழ்க்கை அதனுள் அடங்கியிருந்தது, இல்லற வாழ்க்கைக்கு தயாராகிவிட்டாள், அடுத்த மாதம் மணமுடிக்கப் போகிறார்கள், என்னை கண்டிப்பாக வரவேண்டும் என்று அழைத்தாள்.

இம்முறை நான் மணமுடையவில்லை மாற்றாக அவளின்

பெயரிலே எழுதத் துவங்கினேன். “கருணையின்றி சுற்றி வரும் மாந்தர்களுக்கு இடையே பேரன்பு கொண்டு சுற்றி வந்தது, உன் கருணை உள்ளத்திற்கு புரியவில்லையா? கல்லூரி வளாகத்தினுள் அத்தனை பெண்கள் இருந்தும் ஆக்ஸிடோசின் ஹார்மோன் என்னவோ உன்னை சுற்றி வரச்சொல்லியே என்னிடம் கூறியது. நீ என் காதலை ஏற்றகவுமில்லை, அதேசமயம் நிராகரிக்கவும் இல்லை. அதற்கு முன் மீண்டும் ஒருமுறை என்னிடம் கேட்டுக் கொள்கிறேன், என் உணர்வினை சரியாகத்தான் உன்னிடம் வெளிப்படுத்தினேனா என்பதை?

என்னவோ..... உனக்கான வாழ்க்கை எனும் பாதையை உருவாக்கி பயணிக்க போகிறாய், எல்லா பாதைகளும் கரடு முரடாக இருக்கப் போவதில்லை, சில சமயங்களில் அப்படி அமைந்துவிடக் கூடும். அந்த தருணத்தில் உன்னோடு இயற்கை துணை நின்று வலிமை தருமாறு கேட்டுக் கொள்கிறேன்.

நானும் எனக்கான பாதையை உருவாக்கி விட்டேன், உன்னால் தான் எழுத ஆரம்பித்தேன், உன்னால் தான் எழுதிக் கொண்டும் இருக்கிறேன்.இனி உனக்காகஎழுதப்போவதில்லை,இனி யாரையும் காதலிப்பதாகவும் இல்லை. ஒருவேளை என்னை யாராவது நேசித்தால், அப்போது என் மனநிலை பொருத்து தீர்மானிப்பேன். அதற்கு முன் என் எழுத்துகளை மட்டுமே தீவிரமாக காதலிக்கப் போகிறேன், என் எழுத்தை சமுதாயத்திற்காக செலவிடப் போகிறேன். மனித உறவுகளின் பல்வேறு நினைவுகளையும், நிஜத்தையும் அவற்றில் இருக்கும் பாகுபாடு சிக்கலையும் மனிதர்கள் எப்படி எதிர்கொள்வது, சமூதாயத்தை சமநிலையில் பயணிக்க எத்தகைய வழிகளை பின்பற்றுவது போன்றவற்றை என் எழுத்துக்கள் மூலம் பிரதிபலிக்க என் வாழ்நாள் முழுவதும் ஒரு எழுத்தாளனாக பயனிக்கப் போகிறேன்.

அன்று அவள் விலகிப்போனாள்
இன்று நீ விலகிபோகிறாய்
நாளை
இந்த உடலை விட்டு உயிர் விலகிபோகும்....
ஆனால் எதோ ஒரு அடுக்குமாடி கட்டிடத்திலோ, அல்லது ஏதேனும் ஒரு கிராமத்திலோ ஒரு மூளையில் சின்னதாக அமைக்கப்பட்ட ஒரு நூலகத்திலோ அல்லது கல்லூரியின் நூலகத்திலோ என் எழுத்துக்கள் புத்தகமாய் வடிவமைத்து, வரிசையாக அடுக்கப்பட்ட

பல லட்ச புத்தகங்களுக்கிடையே என் புத்தகமும் கம்பீரமாய் சொருவிவைக்கப்பட்டிருக்கும். அவற்றையாரேனும்எடுத்துபடித்து பெண்களை புரிந்து கொள்ள முயற்சி செய்யலாம், ஒரு ஆணிடம் பெண் பேசினாலே அது காதலாக இருக்க வேண்டுமென்றும், அதை காதலாக மாற்ற முயற்சிக்காமலும் இருக்க அவசியம் கற்று கொள்ளவும், காதலை சொல்ல தடுமாறாமல் அவர்களின் உணர்வினை வெளிப்படுத்த ஒரு உத்வேகத்தை ஏற்படுத்துவதற்கு ஒரு உந்து சக்தியாகவும் இருக்கலாம்."

படித்து முடித்த பின் புத்தகத்தை மூடி வைத்தான் மாறன். முன் அட்டை படத்தில் மெர்சியின் உருவப்படம் வரையப்பட்டு அவள் கருவிழியில் மதுரம் உருவம் இருப்பது போலவும் அதை ஒரு ஓவியன் வரைவது போலவும் வடிவமைத்து அப்புத்தகம் அச்சிடப்பட்டிருந்தது. மாறனை தேடிக் கொண்டு ஏஞ்சலைப் போல் ஒரு பெண் வந்தாள். உண்மையாகவே அவள் பெயரும் கூட ஏஞ்செல் தான். இருவரும் காதலர்கள், அந்த புத்தகத்தைப் பற்றி பேசிக்கொண்டே போனார்கள். ஆனால் அவர்களுக்கும் அந்த புத்தகத்தில் வரும் பெண்களுக்கும் உள்ள தொடர்பைப் பற்றி தெரிந்திருக்கவில்லை. ஆம் மதுரத்தின் மகன் மாறன், மெர்சியின் மகள் ஏஞ்சல், இருவரும் பிறந்தது, வளர்ந்தது, படித்தது, மதம், கடவுள் எல்லாம் வெவ்வேறாக இருந்தாலும் வாழ்க்கை எனும் பாதையில் ஏதேனும் ஒரு நிறுத்தத்தில் சந்தித்து காதலர்களாக இணைந்து விட்டார்கள்.

*****

வயித்துபுள்ளக்காரி

நோம்பிற்கு இன்னும் இரண்டு நாட்கள் தான் இருந்தது. தோகை மலை, ஆந்திரா, திருநெல்வேலி போன்ற இடங்களுக்கு தனித்தனி கூட்டமாக குவாரியில் கல் உடைக்கும் வேலைக்கு சென்ற ஆட்கள், பிழைப்பிற்காக படிப்பை பாதியிலேயே நிறுத்திக்கொண்டு வெளியூர் வேலைக்குச் சென்ற சிறுவர்கள் என அனைவரும் சம்பளத்தை வாங்கிக்கொண்டு அவரவர் குடும்பத்தை மக்களைப் பார்க்க விடியற்காலை ஐந்து மணிக்கெல்லாம் நடுப்பட்டியை வந்து சேர்ந்தனர். சிலர் பத்து மணி வண்டிக்கு வந்து இறங்கினர். ஊரை விட்டுச் சென்று ஆறு மாதங்கள் ஓடியிருந்தது. கடைசியாக சித்திரை மாதம் ஒன்றாம் தேதி வந்து போன கூட்டம் சொல்லிவைத்தார் போல் பண்டிகைக்கு இரண்டு நாள் முன்பு ஊரை வந்தடைந்தது.

நீண்ட நாட்களுக்குப் பிறகு தன் மனைவி கவிதாவை பார்க்கப் போகும் மகிழ்ச்சியில் புது துணி எடுத்துக்கொண்டு மிகுந்த ஆர்வத்தோடு பேருந்திலிருந்து இறங்கி தன் வீட்டை நோக்கி நடந்தான் வெங்கடேசன்.

ஊரே மிகவும் கோலாகலமாக சந்தோஷத்தில் திளைத்திருந்தது. வழக்கமாக ஏழு எட்டு மணி வரை உறங்கும் பள்ளி சிறுவர்கள், அன்று அந்த குளிரிலும் தன் அப்பா, மாமா வந்த மகிழ்ச்சியில் விடியலுக்கு முன்னரே எழுந்து மிக்சர், ஆப்பிள் என அவர்கள் வாங்கி வந்த தின்பண்டங்களை மென்றுகொண்டு, எடுத்து வந்த புத்தாடைகளை வாசம் பிடித்து துள்ளி குதித்தனர். தாய்மார்கள் தங்கள் கணவன் சம்பாதித்து வந்த பணத்தை இரண்டு மூன்று முறை எண்ணி பார்த்துவிட்டு, துணிகள் மடித்து வைக்கும் இரும்பு பெட்டியை திறந்து அதன் அடியில் வைத்து, தங்கள் தாலிக்கயிற்றோடு கோர்த்து வைத்திருக்கும் சாவிகொண்டு மூடினர்.

தன் சொந்த அத்தை மகனையே திருமணம் செய்துகொண்டாள் கவிதா. சொந்தம் விட்டுப்போகாததால் சரசுவதி கிழவிக்கு பேரானந்தம். பேரனுக்கும் பேத்திக்கும் திருமணமாகி ஒரு வருடம் நான்கு மாதங்கள் ஓடியிருந்தது. கவிதா எட்டு மாத கர்பமாக இருந்தாள். கொள்ளு பேரனோ பேத்தியோ கண் மூடுவதற்குள் தன் கைகளில் தூக்கி கொஞ்ச வேண்டுமென்ற ஆசையில் இருந்தாள் சரசுவதி. கிழவிக்கு எழுவது வயது நடந்துகொண்டிருந்தது. சரசுவதி கிழவிக்கு ஐந்து குழந்தைகள், அதில் ஒரு பெண் குழந்தை அதன் ஆறு வயதிலேயே அந்த காலத்தில் வந்த ஒரு பெரிய காய்ச்சல் நோயில் இறந்து போயிருந்தது. அந்த பெண் பிள்ளையின் நினைப்பு இன்னும் அவளுக்கு விட்டுப்போகவில்லை. சரசுவதியின் முதல் மகனுக்கு இரண்டாவதாக பிறந்த கவிதாவுக்கு கிழவியின் இறந்து போன பெண் குழந்தையின் சாயல். அதனாலயே நான்கு வீட்டு பேரப்பிள்ளைகளில் கவிதா மீது மட்டும் கூடுதல் அக்கறை. கிழவியின் ஒட்டுமொத்த பாசமும் கவிதாவுக்கு கிடைக்கும். கவிதாவுக்கும் கிழவி மீது மிகுந்த பிரியம். ஒவ்வொரு முறை கவிதா வரும்போதும் அவளுக்கு பிடித்த நரிபைத்த மாவு உருண்டை பிடித்துத் தருவாள் சரசுவதி.

கவிதாவின் தந்தை சின்னதுரை தன் சொந்த தம்பிகளோடு உண்டான நிலத்தகறாரில் தான் பிறந்து வளர்ந்த நடுப்பட்டியை விட்டுவிட்டு சேலத்திலிருக்கும் மனைவியின் சொந்த ஊரான தாசநாயக்கன்பட்டியில் வாடகை வீட்டில் குடும்பத்துடன் வாழ்ந்து வந்தார். அந்த நேரத்தில் தன் அக்கா மலரிடமும் சண்டைப் போட்டுக்கொண்டு கிளம்பினார் சின்னதுரை. அப்போது கவிதாவுக்கு பத்து வயது.

மலரின் மூத்த மகள் தனம்மாவை அவளின் கடைசி தம்பியான தண்டபாணிக்கு திருமணம் முடித்திருந்தாள். தம்பியாக இருந்தாலும் இப்போது மருமகனென்ற முறையில், மகளின் வாழ்க்கை சேதம் அடைந்துவிடக்கூடாது என்பதால் சகோதர்களுக்குள் நடந்த நிலத்தகராறில் சின்னதுரைக்கு மலரின் ஆதரவு கிடைக்கவில்லை. எனவே சின்னதுறைக்கு மலரின் மீது மிகுந்த கோவமும் வருத்தமும் இருந்தது. இது நாளடைவில் இவர்களுக்குள் பெரிய இடைவெளியை உருவாக்கியது. எந்த ஒரு சுப நிகழ்வுக்கும் பண்டிகைக்கும் உடன் பிறந்தவர்கள் வீட்டுக்கு சின்னதுரை செல்வதில்லை. தன் பிள்ளைகளையும் அனுமதிப்பதில்லை.

கவிதா பிறந்து அம்மாவிடம் பால் குடிக்கும் நேரம் போக அவளை குளிக்க வைப்பது தாலாட்டு பாடி தொட்டிலில் தூங்க வைப்பது என எல்லா பணிவிடைகளும் செய்தது சரசுவதி கிழவிதான். ஒரு நள்ளிரவு இரண்டு மணிக்கு தொட்டிலில் தூங்கிக்கொண்டிருந்த குழந்தை அழ ஆரம்பித்தது. குழந்தையின் அம்மா தூங்கிக்கொண்டிருந்தாள். காலையிலிருந்து செய்த வேலையின் அசதியில் சரசுவதியும் நன்றாக உறங்கிக்கொடிருந்தாள். கொஞ்ச நேரத்தில் இரு கால்களையும் உதறிக்கொண்டு பலமாக அழுதது. குழந்தை கொஞ்ச கொஞ்சமாக தொட்டிலை விட்டு விலகி தலை நழுவி கீழே விழப்போனது, சட்டென விழித்துக்கொண்ட கிழவி, “அடியே நான் பெத்த மவளே” என பதறி எழுந்து “ஏன் சாமி... சாமி” என தொட்டிலை ஒரு கையால் பிடித்து குழந்தை தலையில் இன்னொரு கை வைத்து பிடித்துக்கொண்டாள். விடாமல் அழுதுகொண்டே இருந்த குழந்தையை தன் மார்போடு போட்டு தட்டிக்கொடுத்து அதன் கால்களைத் தொடும்போது மொத்தமும் நனைந்திருந்தது. அப்போதுதான் குழந்தையின் அம்மா கண்களை கசக்கிக்கொண்டு எழுந்தாள். “புள்ள ஒன்னுக்கு போய்டுச்சி, வவுத்துல ஒன்னு இல்ல இந்தா புடி.....” என பால் கொடுக்கச் சொல்லி மருமகளிடம் பிள்ளையை கொடுத்தாள் கிழவி. இப்படியே கவிதாவுக்கு ஆறு வயது ஆகும் வரை தான் ஒரு பாட்டி என்பதையே மறந்து தாயாகவே நினைத்துக்கொண்டாள் சரஸ்வதி. கவிதா வளர்ந்து பள்ளிக்கூடம் போகும் போது “சரசு ஆயா போயிட்டு வர” னு சொல்லும் போது தான் தன்னை ஒரு பாட்டியாகவே முழுமையாக உணர ஆரம்பித்தாள் சரசுவதி. அந்த நிலத்தகராறு ஏற்படாமல் இருந்திருந்தால் கிழவி பதினொறு வருடம் கவிதாவை பிரிந்திருக்கத் தேவையில்லை. கவிதாவின் திருமணத்துக்கும் சிக்கல் ஏதும் இருந்திருக்காது.

எந்தவொரு சுப காரியத்துக்கும் வராத சின்னதுரை வருடம் தவறாது நடக்கும் கோவில் திருவிழாவுக்கு மட்டும் குடும்பத்தோடு சொந்த ஊருக்கு வந்து காளியாத்தாவை வணங்கிவிட்டு அம்மாவைப் பார்த்து பேசிவிட்டு அன்று மாலையே புறப்பட்டுவிடுவார். கவிதா பூப்பெய்தியிருந்தபோது கூட சின்னதுரை யாரையும் அழைக்கவில்லை. சரசுவதி மட்டும் நேரில் வந்து சந்தனம் தடவி ஆசிர்வதித்து விட்டு, “இனி எல்லாமே உன் கைல தான் இருக்கு எஞ்சாமி” என சொல்ல, “நீ நெனைக்குற மாதிரிலா ஒரு காரியமும் நடக்காது, தேவையில்லாம மனசுல ஆசைய வளத்திகிட்டு

இருக்காத" என சின்னதுரை அவன் அம்மாவிடம் திடமாக சொன்னான்.

"அதையே தான் நானும் சொல்ற, நாம என்ன நெனைக்குறமுனு முக்கியமில்ல. மேல பகவான் ஒருத்தன் இருக்கான், அவன் போடற முடிச்ச யாராலயும் பிரிக்க முடியாது" என சொல்லிவிட்டு அன்றே பேருந்தில் ஊர் திரும்பினாள் கிழவி.

ஊருக்குள் வெடி சத்தம் காதை பிளந்தது. சிறுவர்கள் அடுப்பு தீயில் எறிந்துகொண்டிருந்த விறகுக் குச்சியை வைத்து பட்டாசுகளை கொளுத்திக் கொண்டிருந்தனர். இளைஞர்கள் சொரவானம், ஊசி பட்டாசு, லட்சுமி வெடி போன்றவற்றை கைகளிலேயே பற்றவைத்து பறக்கவிட்டு வெடிக்கவைத்து விளையாட்டுக் காட்டிக்கொண்டிருந்தனர். சிறுவர்கள் அதை சுற்றி நின்று வேடிக்கைப் பார்த்து ரசித்துக்கொண்டிருந்தனர். அதில் அவர்களுக்குள் போட்டி வேறு, யாருடைய பட்டாசு அதிக சத்தம் வருகிறதெனப்பார்க்க ஆளுக்கொரு பட்டாசை கையில் எடுத்தனர். தீபாவளி பண்டிகை கலகட்டியது. மிகுந்த மகிழ்வோடு வெங்கடேசன் தோளில் ஒரு பையும், கையில் ஒரு கட்டைப்பையும் சுமந்து கொண்டு அந்த சிறுவர்களை கடந்து போனான்.

அவர்களின் இத்தனை மகிழ்ச்சிக்கும் வாழ்வாதாரத்துக்கும் காரணமே அந்த கல்லு வேலை ஒன்று தான். அந்த பட்டிக்காட்டு ஆண்களுக்குத் தெரிந்த ஒரே தொழில், வேலை எல்லாம் அந்த குவாரியில் கல் உடைக்கும் வேலை மட்டும் தான். "கரணம் தப்பினால் மரணம் ஒன்று தான்" என்ற பழமொழிக்கு ஏற்றாற்போல் தரை மட்டத்திலிருந்து நூற்றைம்பது அடி கீழே சென்று கல்லை எடுப்பார்கள். சில குவாரிகளில் சமதளத்தில் இருந்து ஐம்பது அடி உயரத்தில் மலையின் மீது சென்று வெடி வைத்து கல்லை தகர்த்தெறிந்து மீண்டும் பெரிய பள்ளத்தாக்கு அமைத்து அதனுள்ளே முப்பது அடி கீழே சென்று கல்லை எடுப்பார்கள். வெயிலும் மழையும் அடிக்கடி இவர்களின் வேலையை பறித்து விடும். கடுமையான உடல் உழைப்புக்குப் பின் இவர்களுக்குக் கிடைக்கும் ஊதியமானது அன்றாட வாழ்க்கைக்கே சில நேரங்களில் பற்றாக்குறையாகத்தான் அமையும்.

கவிதா கருத்தரித்து மூன்றாவது மாத தொடக்கத்திலேயே அதிகப்படியான இரத்தக்கசிவு கூடவே தலைசுற்றலும் இருந்தது.

மருத்துவமனை சென்று பார்த்தபோது, அவர்கள் பரிசோதனை செய்து பார்த்துவிட்டு, இன்னும் ஒரு நாள் தாமதமாகியிருந்தாலும் கரு கலைந்திருக்கும் என்றதும் இருவரும் அதிர்ந்து போனார்கள். "எல்லாம் நம்ம காளியாத்தா துணை தான், அவ போட்ட பிச்ச தான் இந்த புள்ள" என கவிதாவின் வயிற்றை தொட்டு கும்பிட்டான் வெங்கடேசன்.

மூன்று மாதத்தில் திரும்பிவிடலாம் என மீண்டும் வேலைக்குச் சென்றிருந்தான் வெங்கடேசன். ஒரு நாள் கவிதா அவனை தொலைபேசியில் அழைத்து "மாமா நீ வேலைக்கு போய் ரெண்டு மாசம் கழிச்சு மறுபடியும் ஆஸ்பத்திரிக்கு போன, உடம்பு ரொம்ப மெலிவா இருக்கு குழந்தைக்கு இரத்த ஓட்டம் போரதுல சிக்கலாயிரும் அதுனால நல்லா சாப்டனுமா. எனக்கு ஒரு மாதிரியா கஷ்டமா இருக்கு மாமா, உன்ன பாக்கணும் போல இருக்குது நீ சீக்கிரமா வா மாமா, என் கூடவே இரு மாமா" என தாழ்ந்த குரலில் பேசினாள். வெங்கடேசன் அவளை சமாதானம் செய்வதற்குள் அவர்களின் மேற்பார்வையாளன் "எவ்ளோ நேரம் சாப்புடிரிங்க சூப்பர்வைசர் கத்துராரு சீக்கிரம் வாங்க" என அனைவரையும் விரட்ட ஆரம்பித்தான். "சரி நான் ராத்திரி வந்து பேசுற" என சொல்லி சென்றுவிட்டான்.

கவிதா என்றால் வெங்கடேசனுக்கு உயிர். சிறு வயதுலேயே அவளை சைக்கிள் கேரியரில் உட்காரவைத்துக்கொண்டு பள்ளிக்கூடம் கூட்டிச்சென்று வருவதில் அத்தனை மகிழ்ச்சியடைவான். விடுமுறை நாட்களில் கூட இருவரும் ஒன்றாகத்தான் சுற்றுவார்கள்.

ஒரு நாள் சரசுவதி கிழவி இருவரையும் குலதெய்வ சாமியான காளியாத்தா கோயிலுக்கு கூட்டிச்சென்று திரும்பும் வழியில், அந்த காலத்தில் கிழவியை ஒருதலையாய் காதலித்த சுப்புராய கிழவன் எதிரில் வந்தார். கிழவியின் மனதில் லேசான பூரிப்பு இருந்தும் முகத்தை விரைப்பாக வைத்துக்கொண்டு நடந்தாள்.

"யென்னா சரசு ஆள பாத்தும் பாக்காத மாதிரி போற"

"புள்ளங்க இன்னும் சோறு திண்ணல அதான் வெசயா போறோம்"

"யாரு வூட்டு புள்ளங்க"

"பையன் என் மவ வூட்டுது, புள்ள மகன் வூட்டுது"

"அருமையா போச்சு எப்படியோ புள்ளைக்கு மாப்ள தேடுர வேல மிச்சம், நீ சொன்ன மாதிரியே உங்க சாதியிலியே கல்யாணம் பண்ணிப்புடு"

"நம்ம கைல ஒன்னுமில்ல எல்லாம் காளியாத்தா கைல தான் இருக்கு யாருக்கு எங்க முடிச்சு போடறானு அவளுக்குத் தான் தெரியும்"

சுப்புராயக் கிழவன் தன் இளம் வயதில் ஆடு மேய்க்கப்போகும் கரட்டில் வைத்து சரசுவதியிடம்,

"உன் மேல பிரியப்படுற, என் கூட குடும்பம் நடத்த உனக்கு விருப்பமா" என கேட்டார். அதற்கு சரசுவதி "நீங்க வேற ஆளுங்க, நாங்க வேற ஆளுங்க" என்று சங்கடத்துடன் பதிலளித்தாள்.

"நாமலா ஒரே ஊரு தான சரசு"

"ஊரு ஒன்னா இருந்தாலும் தெரு வெவ்வேறையா தான் இருக்குது" என சொல்லிட்டு போனாள் கிழவி.

ஆனால் கிழவி மனதில் சுப்புராயன் மீது ஒருவிதமான பாசம், வற்றிப்போன கிணற்றில் தண்ணீர் ஊறுவது போல அவ்வப்போது ஊறத்தான் செய்தது. அதன் பின் தன் தந்தையின் அக்கா மகனை திருமணம் செய்து கொண்டாள் கிழவி.

ஒரு நாளைக்கு இரண்டு முறையாவது கிழவி வெங்கடேசனிடம் தன் ஆசையை கொட்டித்தீர்ப்பாள். அதுவும் இரவு தூங்கும் நேரத்தில் "சாமி நீ பெரியவனானதும் பிறத்தில போய்லா கல்யாணம் பண்ணிக்காத, நம்ம சொந்தத்துலயே நல்ல பொண்ணா பாத்து பண்ணிக்கோ. சொந்தம் கைவிட்டு போயரக் கூடாது, செலையாட்டம் உன் மாம்ம பொண்ணு இருக்கு, எப்படியாச்சும் உனக்கு கல்யாணம் பண்ணி உன் புள்ளங்கல கண்ணுல பாத்துட்டனா நிம்மதியா கண்ண மூடிருவ, அந்த காளியாத்தாவ மலை போல நம்பிகிட்டு இருக்க நீ தான் எல்லாத்தையும் ஒத்துமையா வெச்சுக்கனும் தாயி. ஏன் குடும்பத்துல எந்த சண்ட சச்சரவு இல்லாம பாத்துக்கனும் தாயி" என சொல்லிக்கொண்டே கண் மூடி உறங்குவாள். வெங்கடேசன் படுத்துக் கொண்டே ஒரு கணம் திரும்பி கவிதாவை பார்த்தான். அந்த பௌர்ணமி

இரவின் வெளிச்சத்தில் வாசலில் ஓலை பாயினை விரித்து அவள் அம்மாவின் அருகில் உறங்கிக் கொண்டிருந்த கவிதா, மின்மினி பூச்சியைப் போல் அவனின் ஆழ்மனதில் மின்னத் தொடங்கினாள். அன்றிலிருந்து இன்றுவரை கவிதாவின் மீது அளப்பரிய அன்பு அவனின் ஆழ்மனதில் வற்றாத நதியாய் ஊறிக்கொண்டே இருக்கிறது.

கவிதாவிடம் பேசியதிலிருந்து வெங்கடேசனின் நினைப்பு முழுவதும் அவளை சுற்றியே இருந்தது. வெங்கடேசனும் இன்னும் சிலஆட்களும்ஆப்புவைத்துகற்களைஉடைப்பதற்காகநற்பதுகிலோ எடைகொண்ட ஜாக்கியை தோள்களில் சுமந்து கொண்டு நூறு அடி பள்ளத்தாக்கில் வளைந்து வளைந்து செல்லும் மண் பாதையில் இறங்கிக்கொண்டிருந்தனர். வெங்கடேசனின் கால் சறுக்கி அவன் தோளிலிருந்து ஜாக்கி நழுவியது. மேலே இருப்பவர்கள் பெரும் கூச்சல் எழுப்பினர். நூறடி கீழே இருப்பவர்களுக்கு அவர்களின் கதறல்கேட்கவில்லை.கீழேஇருப்பவர்களில்ஒருவன் தன் நெற்றியில் இருக்கும் வியர்வையை துடைத்துக்கொண்டு எதேர்ச்சையாக மேலே பார்க்க ஏழு அடி நீலத்திற்கு ஏதோ ஒன்று வேகமாக வருவதைப் பார்க்கிறான். மேலிருந்து ஒவ்வொருவரும் ஒவ்வொரு சைகை செய்துகொண்டிருந்தனர். ஒருவன் தான் செய்வதறியாது சறுக்கு பாதையை மறந்து ஓடினான். கீழே விழுந்த வெங்கடேசன் உருண்டு பிரண்டு பள்ளத்தாக்கில் விழுந்துவிட்டான். ஜாக்கி விழுந்த வேகத்தில் ஒருவனின் முகத்தில் அடித்து தலை தனியாக சிதறியது.

இதற்கு முன்பு நான்கு பேரை காவு வாங்கிய கல்குவாரி. ஒரு வருடத்திற்குப் பிறகு மீண்டும் தொடங்கி இரண்டு மாதங்களாக எந்த இடையூறுமில்லாமல் வேலை நடந்து கொண்டிருந்தது. திடீரென இப்படி ஒரு சம்பவம் நடக்க என்ன செய்வதென தெரியாமல் அனைவரும் சவம் போல் கிடந்தனர். கீழே விழுந்த வெங்கடேசன் இடுக்கில் மாட்டிய கல்லை பிடித்துக்கொண்டு அந்தரத்தில் தொங்கிக்கொண்டிருந்தான். சரிந்து விழுந்ததில் அவனின் தோல் செராய்த்து தொடையில் இருந்து ரத்தம் கொட்டியது. மதிய உணவை முடித்துக்கொண்டு உடைந்து கிடக்கும் பாறைகளை எடுக்க பொக்கலின் வண்டி மெதுவாக ஊர்ந்து வந்தது. ஒருவன் வேகமாக ஓடிச்சென்று அதனோடு இணைந்திருக்கும் கயிற்றை இழுத்து ஐம்பதடி பள்ளத்தில் இருக்கும் வெங்கடேசனிடம் போட்டான்.

வெங்கடேசன் அதை இறுக்கமாக பிடித்துக்கொண்டான். சுற்றியிருந்த நான்கு பேர் சேர்ந்து கயிற்றை இழுத்தனர், ஐந்து அடுக்குகளால் சுற்றப்பட்ட தடிமனான கயிற்றை வெங்கடேசனால் இருக்கமாக பிடிக்க முடியவில்லை. பயத்தில் உள்ளங்கை வியர்த்தது, கயிறு அவன் கையிலிருந்து நழுவியது. எப்போதும் மெதுவாக ஊர்ந்து வரும் பொக்கலின் வண்டி இம்முறை வேகமாக வந்தது. ஒருவன் கயிற்றின் ஒரு முனையை வண்டியின் முன் பக்கத்தில் கட்டினான். வண்டி பின்நோக்கி நகர்ந்தது. வெங்கடேசன் மேல்நோக்கி இழுக்கப்பட்டான். இன்னும் ஐந்து அடி உள்ள நிலையில் அவனால் கை வலியை தாங்கிக் கொள்ள முடியவில்லை. அழுத்தத்தின் காரணமாக உள்ளங்கை தோல் பிய்ந்து இரத்தம் கொட்டியது. “உசுரு போனா போகட்டும் கைய விட்டுறுடா” னு மனசு சொல்லியது. “கைய விட்டுறாத கொஞ்சம் நேரம் தான், மனசையும் திடப்படுத்திக்கோ” என மூளை சொல்லியது. இன்னும் அதிகபட்சம் பதினைந்து வினாடி தான்.

அவர்கள் இருக்கும் இடம் சற்று மேடாக இருந்த காரணத்தால் ஒரு கட்டத்துக்கு மேல் வண்டியை பின்நோக்கி நகர்த்த முடியவில்லை. சில வினாடிகள் அந்தரத்தில் தொங்கினான் வெங்கடேசன். யாரும் எதிர்பாராத விதமாக வண்டி நகர முடியாமல் நிற்கவும் அனைவரும் நிதானமின்றி கூச்சலிட்டனர். ஒருவன் அனைவரையும் அமைதிப்படுத்தி ஒவ்வொருவருக்கும் இடையில் இரண்டடி இடைவெளி விட்டு நின்று கயிற்றை இழுக்க வைத்தான். அதே நேரத்தில் பொக்கலின் ஆப்பரேட்டர் வண்டியின் லிவரை இழுத்து பின் நோக்கி நகர்த்த முயற்சித்தான். கூடவே அந்த நபர்களும் கயிற்றை முழு பலத்தோடு இழுத்தனர். வண்டி ஒரு நொடி ஆட்டம் கண்டு வேகமாக குலுங்கி நகர்ந்தது. சில நொடிகளில் வெங்கடேசன் மேல் வந்து விழுந்தான். கயிறை இழுத்த அனைவரும் நின்ற இடத்திலேயே சுருண்டு விழுந்தனர். மேலே வந்து விழுந்த வெங்கடேசனுக்கு பயத்திலும் பதற்றத்திலும் வேகமாக மூச்சிறைத்தது. அவன் மூச்சுக்காற்றில் சிறிய கற்களும் மண் துகள்களும் சிதறியது.

கீழே மண்டை சிதறி கிடந்தவனை நான்கு பேர் சேர்ந்து தூக்கிக் கொண்டு மேலே வந்தனர், சூப்பர்வைசர் தகவலை முதலாளியிடம் தெரிவித்தான். இறந்து போனவனின் உடல் எந்த கேள்வி கேட்பாருமின்றி அவனுடைய சொந்த ஊருக்கு காரில் ஏற்றி அனுப்பப்பட்டது. “போலீசு, கோர்ட்னு அலைய வேணாம் மூனு

லட்சம் தரோம் வாங்கிக்கோங்க குடும்பத்த காப்பாத்திக்கோங்க” என முதலாளி சார்பாக வக்கீல் ஒருவர் இறந்தவனின் குடும்பத்திடம் பேச்சுவார்த்தை நடத்தினார். அவர்களின் வாழ்நாள் முழுவதும் உழைத்தால் கூட அந்தப் பணத்தை அவர்களால் ஈட்ட முடியாது. இறந்தவனின் தங்கை பன்னிரெண்டாம் வகுப்பு முடித்திருந்தாள். ஒரு கணமும் சிந்திக்காமல் பணத்தை வாங்கி விட்டனர். அவன் தங்கை கதறினாள், “ஐயோ அண்ணா என்ன வுட்டு போய்ட்டியே அண்ணா, எங்க அண்ணன கொன்னுட்டு காசு குடுத்து சரி பண்ண வந்துட்டடீங்களாடா” என கத்தி கூச்சலிட்டாள்.

வெங்கடேசன் சிறிய சிகிச்சைக்குப் பின் பழைய நிலைக்குத் திரும்பினான். கவிதாவின் நினைவு ஒரு பக்கம், இருந்தாலும் ஒரு உயிர் நம்மால் இறந்து விட்டதே என்கிற குற்ற உணர்வு ஒரு புறம், இந்த இரண்டும் அவனை வாட்டி எடுத்தது. உண்மையில் அந்த விபத்து நடந்திருக்கக் கூடாது. எண்பதடி வரையே தோண்டுவதற்கு அனுமதி வழங்கப்பட்ட அந்த குவாரியில், அதிகாரிகளை கைவசம் வைத்துக்கொண்டு அதற்கும் மேல் இருபது அடி ஆழத்திற்கு தோண்டினார்கள். மற்றும் எந்தவித பாதுகாப்பும் இல்லாமல் குவாரி வேலை நடப்பதற்கு அந்தந்த முதலாளிகளே காரணம். பாவம் இந்த உண்மை அறியாத வெங்கடேசன் குற்ற உணர்வில் மனம் நொந்துபோனான். இந்த வேலையை தவிர்த்தால் வேறு எந்த வேலை செய்து குடும்பத்தை காப்பாற்ற முடியும் என்கிற எண்ணத்தில் சகித்துக் கொண்டு மீண்டும் கவிதாவின் பிரசவ தேவைக்கு பணத்தை சேமிக்க தோலில் முப்பத்தைந்து கிலோ எடையுள்ள ஜாக்கியை ஏற்றிக் கொண்டு கிளம்பினான்.

கல் குவாரிகளில் உயிர் சேதம் என்பது சகஜமான ஒன்றாக புரையோடிப் போனது. கேட்பாரற்ற அடிமை தொழில் தான். அவர்களுக்கென தனி சாம்ராஜ்யம். அங்கிருந்து நகரத்தை நோக்கி வருவதற்கே குறைந்தது ஐந்து மணி நேரமாகும். கடுமையான வெயில், பாறைகள் பிளக்கப்பட்டு கூரான சல்லிகள் எங்கும் பரவிகிடக்கும் அவ்வளவு எளிதாக வாகனம் உள்ளே வருவது சிரமம். மழை ஒன்று தான் அவர்களுக்கு ஆதரவாக இருக்கும். ஏனென்றால் அப்போது தான் விடுமுறை.

கவிதாவை தவிர வேறெதற்கும் வருத்தப்படாதவன் மூன்றாவது முறையாக தான் பள்ளி படிப்பை பாதியிலே நிறுத்தியதை நினைத்து மிகவும் வேதனை அடைந்தான். இப்போது, இன்னும் அவன்

ஆழ்மனதில் தனக்கு பிறக்கப்போகும் பிள்ளையை பெரியளவில் படிக்க வைக்க வேண்டும் என்ற எண்ணம் மெருகேறியது. வேறெந்த நினைவுமின்றி கவிதா மற்றும் பிறக்கப்போகும் குழந்தை இவர்களை பற்றின எண்ணம் மட்டுமே அவன் மூளையில் ஓடியது. அதன் வெளிப்பாடு அவன் குவாரியிலே கிடந்தான். மூன்று மாதம் கடுமையாக உழைத்து சம்பளம் பணம் போக சேமித்து வைத்த பணத்தில் கவிதாவுக்கு புடவையும் பிறக்கப்போகும் குழந்தைக்கும் சேர்த்து புது துணி எடுத்துக் கொண்டு மிகுந்த உற்சாகத்தோடு பட்டாசு புகைகுள்ளே இருந்து வெளியே வந்தான்.

சரசுவதி கிழவி தன் தந்தையின் அக்கா மகனையே திருமணம் செய்துகொண்டாள். அவள் கணவனோடு பிறந்தவர்கள் இரண்டு பேர். சரசுவதியின் மகன் சின்னதுரை போலவே அவளின் மூத்த மச்சாண்டாரும் திருமணம் முடிந்து அவரின் மனைவி ஊருக்கே சென்று குடியேறியிருந்தார். மூனாவது கொழுந்தனார் எட்டாம் வகுப்பு வரை படித்திருந்ததால் மின் வாரியத்துறையில் காசாளர் வேலை கிடைத்து குடும்பத்துடன் டவுன் பக்கம் குடியேறிவிட்டார். சரசுவதியின் கணவர் தான் அவர்களின் தரிசு நிலத்தை பயிர் விளையும் நிலமாக மாற்றினார். அதில் சரசுவதியின் பங்கு அளப்பறியது, பாரபட்சம் பார்க்காமல் அவ்வளவு முட்கள், கற்கள் நிறைந்த காட்டை சுத்தம் செய்தாள். இவர்களுக்கு பக்க பலமாக இருந்தது மலரும், சின்னதுரையும் தான். பெரியப்பா சித்தப்பா நிலம் என்றெல்லாம் நினைக்காமல் சின்னதுரை எல்லாம் நம்ம நிலம் தான் என்று எல்லா வேலையையும் இழுத்துப்போட்டு செய்வான். பள்ளிக்குக்கூட போகாமல் ஆடு மாடு கோழியென முழுநேரமும் நிலத்திலேயே கிடப்பான்.

திடீரென ஒரு நாள் அவனின் பெரியப்பா தன் மாமனாருடன் ஏற்பட்ட சண்டையில் தன் மனைவி குழந்தைகளை அழைத்துக்கொண்டு சொந்த ஊருக்கே வந்துவிட்டார். டவுனில் மில்லு வேலைக்குச் சென்று கொண்டிருந்தவர், ஆனால் இந்த ஊரில் விவசாயம் தவிர வருமானத்துக்கு வேறு தொழில் கிடையாது. எனவே அந்த பூர்வீக நிலத்தில் தன் பங்கை எழுதி வாங்கிக்கொண்டார்.

பொட்டக்காடா இருந்த நிலத்த ஏரு பூட்டி உழுது விவசாய நிலமாக்கி, இப்போ அந்த நிலத்தின் பக்கம் போனால் மன் வாசனை மனதை நிறைக்கும். ஆனால் இதற்கு கைமாறாக தன் பெரியப்பா

ஒரு பைசா கூட தரவில்லை. சித்தப்பா அவ்வப்போது ஊருக்கு வரும்போது இவர்களை நலம் விசாரித்துக்கொண்டு விளைச்சலில் இவர்கள் தரும் பங்கை மட்டும் வாங்கிக்கொண்டு போவார். ரொம்ப நல்ல மனிதர்.

ஆனால் அவரோட சுயரூபம் சில வருடம் கழித்துதான் தெரிந்தது. நிலத்தில் விளைச்சல் களைகட்டியது தினமும் ஐந்து பேருக்காவது நிலத்தில் வேலை இருக்கும். சின்னதுரையின் சித்தப்பா சம்பாதிக்கும் பணத்தைவிட நிலத்தில் நிறைய வருமானம் வந்தது. ஒரு நாளைக்கு பால் மட்டுமே பத்து பதினைந்து லிட்டர் கறந்து விற்கப்படும். சின்னதுரையின் அப்பாவை ஊர் மக்கள் “மாட்டுக்காரன்” என்றே அழைப்பார்கள்.

EB வேலை பார்க்கும் சித்தப்பனைவிட சின்னதுரையின் அப்பாவுக்கு ஊருக்குள் மரியாதை அதிகம். இதை EB காரரால் பொறுத்துக்கொள்ள முடியவில்லை. இங்கு தான் பிரச்சனை ஆரம்பம். படிக்காத சின்னதுரைக்கும் அவன் அப்பாவுக்கும் ஊருக்குள் கௌரவம் அதிகம். இங்குதான் EB காரனின் படித்த அறிவு வேலை செய்தது. கிராமத்துக்கு அருகிலேயே இருக்கும் டவுன் பக்கம் குடும்பத்தோடு குடியேறினார். அடுத்ததாக பஞ்சாயத்து கூடியது, EB காரர், “வருஷா வருஷம் குத்தகைப் பணமும் விளைச்சல்ல கால் பங்கும் தரனு, இல்லாட்டி காட்ட நானே ஓட்டிக்கிற” என்றதோடு “தரிசா கெடந்த காட உழுது பண்ணையம் பண்ணி இத்தனை வருசமா சொகமா இருந்திங்க, அதுக்கு கூட நீங்க காசு தரணும், அண்ணன் தம்பிக்குள்ள எதுக்கு” என பழத்தில் ஊசியை ஏற்றுவது போல் பேசினார்.

சின்னதுரையின் அப்பா மனமுடைந்து போனார். பெரியவள் மலருக்கு திருமணம் செய்ய வேண்டும். அடுத்து சின்னதுரை இருக்கிறான். இவர்களுக்கு அடுத்து இரண்டு பிள்ளைகள் வேறு. இவர்கள் எல்லோருடைய எதிர்காலம் பற்றி நினைக்கும் போது சின்னதுரையின் அப்பாவுக்கு பயம் உண்டானது. கடைசி இரண்டு பிள்ளைகளில் ஒருவன் சிறு வயதிலிருந்து EB காரர் வீட்டிலேயே தங்கி பள்ளிக்கூடம் படித்தான். இதனால் சித்தப்பா மீது அவனுக்கு தனி மரியாதை. அதனாலயே அவர் எது செய்தாலும் சரி என நம்பிவிடுவான். கடைசி பையனும், சித்தப்பா படித்தவர் எனவே அவர் எது செய்தாலும் சரியாக இருக்கும் என, எந்த ஒரு காரியமானாலும் அவரின் ஆலோசனையோடு தான் செய்வான்.

இவர்கள் இருவரும் அவர்கள் தந்தையை ஒரு பொருட்டாக மதிப்பதில்லை. இதுனாலயே சின்னதுரைக்கு, அவன் தம்பிகள் மீது கோபம் அதிகமானது. அதுவே பகையாக மாறி பின் சண்டையில் முடிந்தது. பத்து வயது வரைக்கும் அண்ணன் தம்பியாக இருந்தவர்கள் இப்போது பங்காளியாக மாறிப்போனார்கள். கவிதாவின் திருமணத்தில் தான் உறவு ஒட்ட ஆரம்பித்தது.

இன்னும் ஐந்து வீடு தள்ளிப்போனா கவிதாவை பார்க்கப்போகிறோம் என்ற மகிழ்ச்சியில் வீட்டை நோக்கி நடந்தான் வெங்கடேசன். உறவுக்காரங்களின் விசாரிப்பு ஆரம்பமானது, ஆங்காங்கே நின்று ஒவ்வொருத்தர் கேள்விக்கும் பதில் சொல்லிக்கொண்டு வீட்டை அடைவதற்குள் போதும் போதும் என்றிருந்தது. அவனோட மனசு கவிதாவை அரவணைக்க தவியாய் தவித்தது. வீட்டின் வாசற்கதவு முன் வந்துவிட்டான். வீட்டினுள் சீமெண்ண அடுப்பில் கால்களை மடக்கி உட்கார்ந்து சமையல் செய்து கொண்டிருந்தாள் கவிதா. “தங்கபுள்ள....” னு சொல்லி உள்ளே நுழைந்தான். அடுத்த ஐந்து நிமிடம் இருவரும் குழந்தையாகி போனார்கள். “கவிதாக்கா, ஓய் கவிதாக்கா ஆயா கூப்டுது” என ஒரு சிறுவன் கத்திவிட்டு போனான், இரு உடல் பிரிந்தது.

வெங்கடேசன் ஓடி போய் பார்த்தான், கிழவி கட்டிலில் படுத்துக்கிடந்தாள். அவளின் இளவயதில் ஒரு கிடா கன்னுக்குட்டி முட்டி தூக்கி போட்டதில், இடுப்பு முறிந்து கிழவி அன்னைக்கே இறந்திருக்க வேண்டியது. கிழவிக்கு ஆயுசு கெட்டி. ஓடி ஓடி உழைத்த உடம்பு இப்போ தசையெல்லாம் வத்திப்போய் தோல் சுருங்கி தொங்கியது. உடலில் எலும்பு மட்டும் தான் இருந்தது. அப்போ விழுந்த அடி தான் இப்போ கிழவி எழுந்திரிக்க விடாமல் படுத்தபடுக்கையாக்கியது. சில நேரத்தில் வலி குரவலையைப் பிடிக்கும். ஆம்பளைங்களுக்கு சரிசமமா வேலை செஞ்ச உடம்பு, ஆம்பள ஆளுங்களே ஒரு நிமிசம் கெழவிய நினைத்து திகைத்துப் போவார்கள்.

வெங்கடேசனை பார்த்ததும், “சாமி, எப்போ வந்த நல்லாருக்கியா” என விசாரித்துவிட்டு, “போய், உங்க அம்மாவ இல்லாட்டி கவிதாவ வர சொல்லு” என்றாள். கிழவிக்கு சிறுநீர் கழிக்க, காட்டுபக்கம் போய்வர ஒருத்தர் கூட்டிப்போக வேண்டும். கிழவியால் நடக்க முடியாது பேரனிடம் சொல்ல தயங்கி, கண்களில்

கண்ணீர் வழிய "சாமி வயிறு முட்டுது காட்டுபக்கம் போவனும்" என கிழவி சைகையால் சொல்ல, இரண்டு கைகளிலும் தாங்கிப் பிடித்து தூக்கிச் சென்றான்.

இத்தனை வருடமாக குடும்பத்தை தாங்கி பிடித்த கிழவி, அவ்வளவு பேர் இருந்தும் இன்று அனாதையாக கிடத்தப்பட்டாள். ஆரம்பத்தில் மிகுந்த அக்கரையுடன் பார்த்துக்கொண்டாலும் தொடர்ந்து ஆறு மாதமாக படுத்த படுக்கையாக இருக்க அனைவருக்கும் சளிப்பு தட்டிவிட்டது. கிழவியும் அவ்வப்போது வாயுக்குள்ளே முணுமுணுப்பாள், "நமக்கு ஒரு நேரம் வந்து தொலையாதா, இந்த எமன் நம்மல எப்ப கூட்டிட்டு போவா, சீக்கிரம் கூட்டிட்டு போ" என அழுவாள். கை கால் நல்லாயிருந்து உழைக்கும் வரை சரசுவதி தேவைப்பட்டாள், படுத்த படுக்கையானதும் அவள் இடையூறாக மாறினாள்.

விடிந்தால் தீபாவளி. இரவு முழுக்க பட்டாசு வெடித்து ஊரே புகை மூட்டமாக இருந்தது. வானில் வெடிக்கும் பல வண்ண பட்டாசுகள் அந்த அமாவாசை இரவை, பௌர்ணமி இரவாக மாற்றியது. கவிதாவிற்கு அந்த இரவு இடுப்பு வலி ஆரம்பித்தது. லேசான வலிதான் இருந்தும் அவளுக்கு தூக்கம் இல்லை. வெங்கடேசனும் கை, கால் அழுத்திவிட்டான். பெரியவர்கள் வந்து பார்த்துவிட்டு, "புள்ள உதைக்கும் அதான் அப்டி இருக்கு, இன்னு நாளிருக்கு பயப்பட வேணா" என்றனர்.

விடியற்காலையிலேயே எல்லோரும் எழுந்து வீட்டு வேலைகளை செய்து முடித்தனர். மக்கறையில் மூடி வைத்த கோழியை பிடித்துக்கொண்டு குல தெய்வமான காளியாத்தா கோயிலுக்கு கிளம்பினார்கள். மாட்டுக்கறி எடுப்பதற்கு ஒரு கூட்டம் கிளம்பியது. மலர் குளித்துவிட்டு தன் அம்மாவை குளிக்க வைக்கப் போனாள்.

திடீரென மலரின் கதறல் சத்தம், அடுத்து சிலரின் அழுகுரல் கேட்டு பக்கத்து வீட்டுக்காரர்கள் கிழவியின் வீட்டிற்கு ஓடினார்கள். சனம் வர வர சத்தம் அதிகமானது, நாலு வூட்ட தள்ளி வடசட்டியில கறிய வனக்கி, ஒரல்ல ஆட்டி வெச்ச சாந்த எடுத்து ஊத்திகிட்டு இருந்த மொளவமா காதுல ஒப்பாரி சத்தம் கேக்க அப்டியே போட்டுட்டு ஓடுனா. கிழவி முகத்தில் ஈக்கள் மொய்த்தன. இடுப்புவலியால் இரவெல்லாம் தூங்காமல் இருந்த

கவிதாவின் கண்கள் வீங்கியிருந்தன. கிழவி இறந்ததை நினைத்து தேம்பி தேம்பி அழுதாள். அவளால் நிற்கக்கூட முடியவில்லை. சிறு வயதிலிருந்தே கிழவி மீது கவிதாவுக்கு அதிக பிரியம். “உன் கொழந்தைய தூக்கி மொத தண்ணிய நான் தான் ஊத்துவ” என கிழவி சொன்னது ஞாபகம் வர, மனதுக்குள் குமுறினாள்.

வழக்கப்படி கிழவியின் மகளான மலர்தான் தேரு கட்டியாக வேண்டும். வெங்கடேசன் கொண்டு வந்த பணம் தான் மலருக்கு உதவியாக இருந்தது. சின்னதுரையிடமும் போதுமான பணம் இல்லை. அவரின் செய்முறைகளை செய்ய வெங்கடேசன் தான் ஒரு சிறு தொகையை கடனாகக் கொடுத்தான்.

எல்லா சடங்கு சம்பரதாயங்களும் முடிந்து கிழவியை புதைத்துவிட்டு, மீசையை வழித்துக்கொண்டு பங்காளிகள் மூன்று பேரும் வந்தனர். பல வருடங்களுக்குப் பிறகு இப்போது தான் மூவரும் ஒன்றாக கூடியிருக்கிறார்கள்.

இரண்டு நாட்களாக இடுப்புவலியில் துடித்துக்கொண்டிருந்த கவிதாவை மருத்துவமனைக்கு அழைத்துச் சென்றான் வெங்கடேசன். பரிசோதனை செய்துவிட்டு மருத்துவர், “ரொம்ப பயப்படற மாதிரிலா ஒன்னுமில்ல, ஆனா குழந்த.....”என சொல்லி அடுத்து எதுவும் பேசாமல் மௌனமாகி விட்டார். இருவரும் பயந்து போனார்கள், முகம் மாறிப்போனது. மருத்துவர் தொடர்ந்து, “குழந்தை தல திரும்பி இருக்குது. ஆபரேசன் பண்ணிதான் வெளிய எடுக்கறமாதிரி இருக்கும், மற்றபடி வேற எந்தவொரு பிரச்சனையுமில்ல, குழந்த நல்லாவே இருக்குது” என சொல்லிவிட்டு கிளம்பினார்.

வெங்கடேசன் மனதில் சிந்தனை பலவாறாக ஓடியது. கிழவியின் இறப்பு சடங்கில் செலவானது போக மீதியிருந்த பணத்தில் குடும்பத்தை நடத்தி வந்தான். இப்போது கவிதா இருக்கும் நிலையில் அவளுடைய மருத்துவ செலவுக்கு பணம் தேவைப்பட்டது. கவிதா எவ்வளவோ சமாதானம் சொல்லியும், பயம் அவனை தொற்றிக் கொண்டது.

“மாமா நமக்கு கொழந்த நல்லபடியா பொறக்கும் கவலப்படாத நான் ஆபரேஷன்லா பண்ணிக்கமாட்ட, நம்ம ஆயா மாதிரி சுகப்பிரசவம் எனக்கு ஆகும்” என்றாள்.

“எனக்கு உன் வயித்துல வளர நம்ம குழந்தை எந்தளவுக்கு முக்கியமோ, அந்தளவுக்கு நீயும் முக்கியம் கூள” என்று சொல்லும்போதே கண்களில் நீர் வடித்தான்.

நோம்பி முடிந்து நான்கு நாட்கள் ஆனது, ஊருக்குள் கல்லு வேலைக்கு ஆட்களை கூப்பிட வந்திருந்தார்கள். வெங்கடேசன் வீட்டிற்கும் அழைப்பு வந்தது. அவன் கவிதாவின் கால்களை அழுத்திக் கொண்டு, சாப்பாடு ஊட்டிக்கொண்டு இருந்தான்.

அவள் வெங்கடேசனிடம், “குழந்தை பிறக்கற வரைக்கும் என்கூடவே இரு, எங்கேயும் போக வேணாம் மாமா” என கெஞ்சினாள்.

“எனக்கும் ஆசையாதா இருக்குது கூள என்ன பண்றது வேலைக்கு போனாதான நாலு காசு சம்பாதிக்க முடியும். உனக்கு வேற பிரசவ நேரத்துல எதுனாச்சுனா மருந்து, மாத்திரைகாச்சும் காசு வேணும்ல” என்றான்.

“அப்ப என்ன தனியா வுட்டு போக போறியா”

“தனியாலா வுட்டு போல துணைக்கு, உன் வயித்துக்குள்ள ஒன்னு இருக்கு.” “நீ பொம்பள புள்ளயா இல்ல, ஆம்பள புள்ளயானு எனக்குத் தெரியாது, ஆனா நீ சிங்கபுள்ளனு மட்டும் தெரியும், என் உசுரு உடம்பு, என் வாழ்க்கை எல்லாமே என் பொண்டாட்டி தான், உங்க அம்மாவ பத்தறமா பாத்துக்கோப்பா” என கவிதாவின் வயிற்றை பிடித்து கண்ணீர் விட்டான்.

கவிதா கெஞ்சினாள், “மாமா எனக்கு பயமா இருக்கு இப்பவே வெளியில வந்துரும் போலருக்குது”

“கூள அதா இன்னும் ரெண்டு மாசம் முழுசாருக்குதுல, பயப்படாத நான் போய் அட்வான்ஸ் வாங்கிட்டு வந்துடுறன் அப்புறம் ஆளு போதும்னு நிறுத்திற போறாங்க, வெசயா போய்ட்டு வந்துடுறன்” என எழுந்து போனான்.

“அட்வான்ஸ் மூவாயிரம் இன்னைக்கு ராத்திரியே சித்தூர் கௌம்பனும், நாலுமாசம் கழிச்சு தான் வர முடியும். விருப்பம் இருக்குறவங்க வந்து வாங்கிக்கோங்க” என்று ஆட்களை கூட்டிப்போக வந்த மேஸ்திரி கூறினான். இரண்டு மாதத்தில்

வந்து விடலாம் என்று நினைத்துப் போன வெங்கடேசனுக்கு தலையில் இடி விழுந்தது போல் இருந்தது. வேறு வழியில்லாமல் முன்பணத்தை வாங்கிக்கொண்டு வீட்டுக்கு வந்தான். கவிதா தேம்பி தேம்பி அழுதாள். எவ்வளவு சமாதானம் சொல்லியும் அவள் அமைதியடையவில்லை.

எல்லாரும் பேருந்து வண்டிக்காக காத்துக்கொண்டிருந்தனர். தூரத்தில் “பேம்... பேம்.. “என கத்திக்கொண்டு ஒரு வண்டி வந்தது. கவிதாவுக்கு அழுகை வந்தது. பக்கத்தில் இருந்த ஒருவன், “யே பஸ்சு .... பஸ்சு. பஸ்சுயா” என கத்தினான்.

“அட கிறுக்கு கூமுட்ட அது டவுனு பஸ்சு. ரூட்டு பஸ்சு அடுத்ததா வரும்” என சொன்னது மட்டுமில்லாமல் “அதுக்கு தான்யா என்ன மாதிரி ஒரு நாலு எழுத்தாச்சும் படிக்கனும்னு சொல்றது” என அவர்களை கூட்டிப்போகும் மேஸ்திரி கத்தினான். வெங்கடேசனுக்கு தன் பிள்ளையை படிக்க வைக்க வேண்டுமென்ற வெறி அதிகமானது. அடுத்து இன்னொரு பேருந்து வரும் சத்தம் கேட்க, “நம்ம ஆளுங்க எல்லாரும் வண்டில ஏறிடுங்கப்பா” என ஒரு குரல் கொடுத்தார் மேஸ்திரி.

கவிதா, “அட்வான்ஸ திருப்பி குடுத்துரு மாமா” என்றாள். “அதுலாம் இப்ப திருப்பித் தர முடியாது கூள” என சொல்ல, வண்டி அருகில் வந்து நின்றது. கவிதா வெங்கடேசனின் கையை பிடித்துக் கொண்டாள். கவிதாவின் கையை எடுக்க மனமில்லாமல் நிற்க, நடத்துனர் விசிலடித்தார். கவிதாவின் அம்மா அவளின் கையை விலக்கிவிட்டு “கண்ணு பத்றமா போய்ட்டு வா” என வண்டியில் ஏற்றி விட்டார். பேருந்தின் படிக்கட்டில் நின்றவாறே கவிதாவை திரும்பிப் பார்த்துக் கொண்டே சென்றான். அவளும் அப்படியே நிற்க, பேருந்து இருவரையும் பிரித்து விட்டுச் சென்றது.

“மூணா நாளு கூட கும்படல கெழவியோட தேர தோல்மேல தூக்கிட்டு போனவனுக்கு சாங்கியம் கூட கழிக்கல, தாய்மாமனுங்க எண்ணெய் தேச்சி குளிப்பாட்டி கறி சோறு ஆக்கிப் போடனும் அவனுக்கு பதிலா புள்ளதாச்சி புள்ளைக்கே செய்முறைய செஞ்சிட்டாங்க. என்ன நடக்கப்போதோ”, என ஊருக்குள் பேசிக்கொண்டனர்.

கிழவி இறந்து இன்னும் முழுதாக ஒரு மாதம் கூட ஆகவில்லை.

பிரசவத்துக்கு மருத்துவர் கொடுத்த தேதிக்கு இன்னும் கிட்டத்தட்ட ஒரு மாதமிருக்க கவிதாவிற்கு இடுப்பு வலி அதிகமானது.

ஊருக்குள் யாருக்காவது பிரசவம் பார்க்கனும்னா "தாணி கெழவி"ய விட்டா ஆளே கிடையாது. அந்த ஊருக்கு அவள் ஒரு படிக்காத மருத்துவச்சி என்றே சொல்லலாம். அந்த ஊர் விடலை பிள்ளைகளில் பாதி பேர் அவள் கையால் பிறந்தவர்கள் தான். கைராசிக்காரி.

"பகல் நேரமா இருந்தா கூட எதுனா வண்டிய புடிச்சு ஆஸ்பத்திரி கூட்டிட்டு போகலாம், இந்த நட்ட நடு இராத்திரியில எப்படி போறது" என கூடி இருந்தவர்கள் புலம்பினார்கள்.

தாணி கெழவி வந்து வயிற்றை தடவி பார்த்துவிட்டு கொஞ்சம் சிரமம் தான் என்றாள். மலரும் கவிதாவின் அம்மாவும் செய்வதறியாது பதறினார்கள். கவிதாவின் அம்மா, "காளியாத்தா என் புள்ளைக்கு எதுவும் ஆகிறக் கூடாது" என அழுதுகொண்டே வேண்டினாள். தாணி கெழவி மறுபடியும் கவிதாவோட வயித்த மெதுவா கை வச்சி தடவி, தடவி குழந்தைய மெதுவாக திருப்ப முயற்சித்தாள். "ஆஹ்.... உஹ்...." என கத்தும் கவிதாவால் வலியை தாங்கிக்கொள்ள முடியவில்லை. வலியில் துடிக்கும் கவிதாவை தாணி கிழவி அதட்டினாள். மேலும் கவிதா கால்களையும் கைகளையும் உதர, கிழவி சுற்றி இருந்தவர்களைப் பார்த்து, "ஏண்டி வேடிக்கை மயிரு பாக்கவா இத்தன பேரு சுத்தி நிக்கிரிங்க" என்றாள். இரண்டு பேர் ஆளுக்கொரு கையையும் இன்னும் இருவர் ஆளுக்கொரு காலையும் அழுத்திப் பிடித்தனர். பேய் பிடித்தவள் போல் கையையும் காலையும் உதறினாள். தாணி கிழவியே மிரண்டு போனாள். சுற்றியிருந்தவர்களில் ஒருத்தி கவிதாவின் நிலையைப் பார்த்து, "ஒரு வண்டிய புடிச்சு ஆஸ்பத்திரிக்கு கொண்டு போலாம்ல" என்றாள். உடனே கிழவி, "எவடி அவ சொன்னது" என்றாள்.

"இந்த வயசுலயும் கெழவிக்கு காது என்னாமா கேக்குது" என கிசு கிசுத்தனர். கவிதா மேலும் கீழும் எட்டி உதைத்தாள். கொஞ்சம் ஏமாந்திருந்தாள் கிழவியின் பல் உடைந்திருக்கும். இன்னும் இரண்டு பேர் சேர்ந்து கெட்டியாக அழுத்தி பிடித்துக்கொண்டனர். அவ்வப்போது கை நாடிய பிடித்துப்பார்த்தாள் கிழவி. இரத்த அழுத்தம் வழக்கத்த விட கொஞ்சம் அதிகமாகத்தான் இருந்தது.

“ஏண்டி செத்து போனாளே உங்க ஆயா அஞ்சு புள்ள பெத்தா, எல்லாமே சுகப்பிரசவம் தான்” என்றாள் தாணி. கிழவியே நேரில் வந்துவிட்டது போல் கவிதாவுக்கு தோன்றியது. கத்திக்கொண்டிருந்தவள் திடீரென மயங்கினாள். தாணி, நாம்பி நாம்பி குழந்தை தலையை பெண்ணுறுப்பின் நுழைவாயிலிக்குக் கொண்டு வந்துவிட்டாள். இப்போது கவிதா எழுந்து முக்கினால் தான் குழந்தை வெளியே வரும். மீண்டும் நாடியை பிடித்துப் பார்த்தாள் கெழவி துடிப்பு உள்ளதை தெரிந்து முகத்தில் தண்ணியை தெளித்தாள். அவளை சுற்றி நின்றிருந்த சிலர் வெளியே சென்றனர். அந்த நேரத்தில் வெங்கடேசனிடமிருந்து கவிதாவுக்கு அழைப்பு வந்தது. தொலைபேசி இருக்குமிடம் தெரியாமல் தொடர்ந்து அலறிக்கொண்டிருந்தது. கவிதாவின் செவிகள் லேசாக ஆடியது, வெங்கடெசனின் அழைப்பு அவளின் ஆழ்மனதைத் தூண்டியது. கவிதாவின் அம்மா தொலைபேசியை கையில் எடுத்தாள், பட்டனை அமுக்கி காதில் வைக்கப்போனாள். கவிதா கண் வலியோடு முழித்தாள். “முக்குடி .... நல்லா முக்குடி.....”னு தாணி கிழவி கத்தினாள். “கூள.... கூள....”னு வெங்கடெசன் கதறினான்.

“கண்ணு சொல்லுபா” என்றாள் மலர்.

“யெத்த கவிதா இல்லயாத்த”னு கேக்க, தயங்கி தயங்கி பேச முன்வர, அதற்குள் பனிக்குடம் உடைந்து விட்டதுபோல, நீர் கசிந்தது இம்முறை மூச்சை மூன்று முறை நன்றாக உள் இழுத்து உடலிலுள்ள பலத்தை ஒட்டு மொத்தமாக சேர்த்து முக்கினாள்.

“செத்து போன கெழவியே தான் அப்படியே அச்சு அசலா, அதே மொக சாடை”. “கண்ணு பொண்ணு பொறந்துருக்கு உனக்கு”,

“கூள எப்படி யெத்த இருக்கா”

“ரெண்டு பேருமே நல்லாதா இருக்காங்க” என கண்ணீரை துடைத்துக் கொண்டு சொன்னாள். கவிதாவிடம் போனை கொடுக்கச் சொன்னான். அவள் வாங்கி காதில் வைத்தவுடன் அழ ஆரம்பித்தாள். வெங்கடேசன் ஒரு பக்கம் அழுதான். இருவரும் அழுத நிலையில், குழந்தையை தாணி கையில் எடுத்து தொப்புள் கொடியை உருவி வெட்டினாள்.

"உனக்கு ஆப்பரேஷன் செலவுலா நான் வைக்கல" அவன் கண்ணில் கண்ணீர் பெருக்கெடுத்து ஆறாக ஓடியது. "எனக்கு உன்ன பாக்கணும் போல இருக்குது தயவு செஞ்சி வந்துரு மாமா"னு அழுதுகொண்டே சொன்னாள். மலருக்கு ரொம்ப சந்தோஷம் செத்துப் போன தன் அம்மாவே திரும்பி வந்தது போல பூரிப்படைந்தாள்.

ஐந்து கிலோமீட்டர் போனால் தான் பேருந்து கிடைக்கும் என்பதால் அந்த நட்ட நடு இரவில் தோலில் பையை மாட்டிக்கொண்டு நடந்தே சென்றான் வெங்கடேசன்.

*****

ஓட்டோகாமுண்ட்

இந்திய துணைக்கண்டத்தில் பதின்மூன்று மாகாணங்களில் பல்வேறு வகையான இனக்குழுக்கள் இருந்தாலும் மெட்ராஸ் மாகாணத்தில் காடுகளும் மலைகளும் நிறைந்த அடர்ந்த வனப்பகுதியில் ஆயிரத்திற்கும் குறைவான எண்ணிக்கை கொண்ட ஒரு இனக்குழு வாழ்ந்து வந்தது. இந்து மதமும் கிறிஸ்துவ மதமும் ஒன்றென கலந்து ஒரு தனித்துவ அடையாளத்தோடு வாழ்ந்து வரும் தோடர் இனத்தில் வாசமல்லி தன் கணவனுடைய மூன்றாவது சகோதரனான பொன்குட்டன் வாரிசை தன் வயிற்றில் சுமந்து வந்தாள்.

பதினெட்டாம் நூற்றாண்டின் தொடக்கத்தில் அச்சு நாடுகளுக்கும் நேச நாடுகளுக்கும் இடையேயான காலனியாதிக்கம் கோலூன்றி உச்சத்தில் இருந்தது. நாடுகளை கைப்பற்றி, நாட்டின் மக்களை அடிமைப்படுத்தி, அந்நாட்டின் வளங்களையும் செல்வங்களையும் சுரண்டுவதே காலனியாதிக்கத்தின் முக்கிய அம்சங்களாக திகழ்ந்தன.

இந்தியாவில் கிழக்கிந்திய கம்பெனியின் வருகையால் இங்குள்ள முதலாளித்துவ ஆட்களுக்கு ஒரு வகையில் பாதிப்பு ஏற்பட்டாலும், முதலாளியின் தோட்ட வேலையில் ஈடுபட்ட அங்குள்ள தொழிலாளர்களின் நிலை என்னவோ அதைவிட மோசமானதாகவே அமைந்தது.

பிரிட்டிஷ் இராணுவ அதிகாரிகள் குறிப்பாக காடுகளையும், மலைகளையும் குறி வைத்து தாக்கி இடம்பெயர்ந்து கொண்டே சென்றனர். ஆடல், பாடல், மது அருந்துதல், போன்ற கேலி கூத்துகளுக்கு இம்மாதிரி இடங்கள் உகந்ததாக இருந்தன. அதுமட்டுமின்றி கம்பெனிகளின் கணக்கு வழக்குகள் சரிபார்க்கவும், பேரரசுகளின் திட்டங்களை தொகுத்து அவற்றை

செயல்முறைப்படுத்த, கலந்தாய்வு செய்ய அதற்கேற்ற புது புது இடங்களை அவ்வப்போது தேடி செல்வார்கள்.

மலைச்சரிவில் பொதி மூட்டைகளை சுமந்து கொண்டு கழுதைகளை ஓட்டிக்கொண்டு ஒரு சில நபர்கள் கீழே இறங்குவதைப் பார்த்த அதிகாரிகள், அவர்களிடம் குதிரையோடு நெருங்கி வந்தார்கள். வெள்ளைக்கார இராணுவ படை அதிகாரிகள் வருவதை கவனித்த அந்த கழுதைகளை ஓட்டி வந்த தேயிலைத் தோட்ட கொத்தடிமைகள் ஆளுக்கொரு திசையில் ஓட ஆரம்பித்தனர்.

அதிகாரிகளும் விடாமல் குதிரையில் விரட்டி வந்தார்கள். காட்டுக்குள் சிக்கிய அவர்களை பிடித்தே ஆக வேண்டும் என்ற எண்ணத்தில் குதிரையை வேகமாக விரட்ட, கரடு முரடான பாதைகளில் சிக்கிய குதிரை ஒரு இடத்தில் தட்டு தடுமாறி கீழே விழுவதற்கு முன்னே குதிரையின் மேலிருந்த பிரிட்டிஷ் படையின் தலைவன் கீழே விழுந்து புரண்டான். விழுந்த வேகத்தில் முகம் கிழிந்து வாயில் அடிபட்டு ஒரு பல் பெயர்ந்தது. இதை கண்ட மற்ற அதிகாரிகள் ஆத்திரமடைந்து தனது கை துப்பாக்கியால் ஒருவனை சுட, சுட்ட இடத்திலே வாசமல்லியின் கணவன் உயிரிழந்து போனான்.

திருமணம் முடிந்து ஓராண்டு நிறைவு பெற்ற தருவாயில், வாசமல்லி ஏழுமாத கர்ப்பினியாக இருந்தாள். கணவன் இறந்து அடுத்த மூன்று மாதத்தில் ஒரு ஆண் குழந்தையைப் பெற்றெடுத்தாள். தோடர் இனத்தில் கணவனை இழந்த பெண்கள், அதே குடும்பத்தில் இருக்கும் ஒரு ஆண்மகனை திருமணம் செய்து கொள்ளலாம். அதன் வழக்கப்படி பொன்குட்டனை திருமணம் செய்து கொண்டாள். இப்போது அவனுக்கு ஒரு வாரிசை குடுப்பதற்கு தயாரான நிலையில் உள்ளாள்.

ஓடி ஓடி கால்கள் ஓய்ந்து போயின. காடுகள் பழக்கப்பட்டிருந்தும் அந்தக் காட்டில் வெள்ளைக்கார அதிகாரிகள் இடமிருந்து அவர்களால் தப்ப முடியவில்லை. துப்பாக்கியால் சுட்டதில், தோட்டாக்கள் சின்னப்பனின் தொடையை சற்று உரசி அவனுக்கு முன்னாள் ஓடி சென்றவனின் முழங்காலை துளைத்தது. “வெள்ளைக்கார துப்பாக்கி சைஸ்சு சிருசா இருந்தாலும், உள்ளருந்து வெளியே வர தோட்டா வேகம், ஒரு மதம் புடிச்ச யானைய கூட ஒரே குண்டுல படுக்க போட்ரும்” என்ற சொல்லாடல்

வழக்காயிற்று. சின்னப்பனின் தொடையில் சதைகள் கிழிந்து இரத்தம் "பொலபொல"வென ஊற்றியது, கால்களில் குண்டு பாய்ந்து கீழே சரிந்தாலும் மீண்டும் இருவரும் தப்பிக்க முயன்றனர். சின்னப்பன் ஒரு பெரிய மரப்பொந்தின் உள்ளே மறைந்தான். மற்றொருவன் ஆற்றின் கரையோரமாக ஒதுங்கிய ஒரு பெரிய பாறைகளின் இடுக்குகளில் ஒளிந்து கொண்டான். வழி நெடுகிலும் இரத்தக்கரை படிந்த இடத்தில் ஈக்கள் கூட்டமாக ரீங்காரமிட்டு மொய்த்தன. குதிரையின் மீது அமர்ந்தவாறே மெதுவாக நகர்த்தி முன்னோக்கி வந்தான் ஒரு வெள்ளைகார அதிகாரி. மற்றொருவன் கீழே விழுந்த அதிகாரியை தன் குதிரையில் அமரவைத்து இருவருமாக வந்து சேர்ந்தனர். மற்ற அதிகாரிகளும் ஆற்றின் கரையோரமாக வந்து சுற்றி வளைத்தனர்.

குதிரையிலிருந்து கீழே விழுந்தவன் அவமானத்தில் குமுறினான். தன் கீழ் வேலை பார்ப்பவர்களை எவ்வாறு ஏரிட்டு பார்ப்பது என உள்ளுக்குள் கூசிப்போனான். இதற்கெல்லாம் கழுதை மேய்ப்பவர்களே காரணம் என்று அவர்கள் மீது அளவில்லா கோபம் கொண்டான். அந்த அதிகாரி இரத்தம் கொட்டிக்கிடக்கும் பாதையை உற்று கவனித்துக்கொண்டே போனான். பாறை இடுக்குகளில் மறைந்து கொண்ட குள்ளன் வலியை தாங்கவும் முடியாமல், கத்தவும் முடியாமல் வாயில் கைகளை வைத்து கடித்ததில் பற்கள் கைகளில் அப்படியே பதிந்து போயின. குள்ளன் உட்கார்ந்திருந்த இடத்தில் ஒரு சிறிய பொந்தில் இருந்து பாம்பு வெளியே வந்தது. இரு கண்களையும் மூடியபடி பாறையோடு ஒட்டிக்கிடக்கும் பாறை பல்லியை போல் எந்த அசைவுமின்றி உறைந்து கிடந்தான். எப்படிப் பார்த்தாலும் ஆறடி நீளத்திற்கு குறைவாக இருக்க வாய்ப்பே இல்லை. அவனின் கால் மீதேறி நழுவி வெளியே வந்தது.

அடிபட்ட அதிகாரி குதிரையில் அமர்ந்தவாறே பாறை இடுக்கின் அருகில் வரும்போது, காலுக்கு அருகில் பாம்பு வருவதைக் கண்ட குதிரை இரு கால்களையும் தூக்கி கனைத்தது. அதிகாரி கடிவாளத்தை திடமாக பிடித்து மிரண்ட குதிரையை லாவகமாக கட்டுப்படுத்தினான். தனது கை துப்பாக்கியை எடுத்து படார் படாரென குறிவைத்து சுட்டான், பாம்பு துண்டாகியது. துண்டாகிய பாம்பின் வால் சிதறி இடுக்குகளில் இருக்கும் குள்ளன் கண்ணத்தில் பளீரென்று அறைந்தது. பயத்தில் கத்திவிட்டான், அதிகாரிகள் அவனை சுற்றி விட்டனர்.

அந்த வயது முதிர்ந்த மரத்தின் பொந்தில் மறைந்து கொண்டிருந்த சின்னப்பன், இனிமேல் குள்ளனுக்கு நிகழப்போகும் கொடுமைகளை நினைத்து கண்ணீர் வடித்தான். அதுவரையில் துப்பாக்கியையே பார்த்திராத கண்கள், தோட்டாக்களின் சத்தத்தைக் கேட்காத செவிகள் சின்னப்பனின் மனதை அச்சுறுத்தியது, அவனை மீறியும் கால்கள் நடுங்கின, அங்கயே சிறுநீர் கழித்தான்.

குதிரையை விட்டு இறங்கி வந்த அதிகாரி ஒருவன், குள்ளனைப் பிடித்து சவுக்கால் அடித்தான், ஒவ்வொரு அடியும் உடலை கிழித்தெடுத்தது. "உன்னுடன் வந்த மற்ற ஆட்கள் எங்கே?" என்று பிரிட்டிஷ் அதிகாரி ஆங்கிலத்தில் கேட்டு அடித்தான். "ஐயோ சாமி என்ன விட்டுருங்க, நீங்க பேசுறது, கேக்கறது எதுவுமே எனக்கு புரியல, தெரியல" என கெஞ்சியும் அதிகாரிகள் விடுவதாக இல்லை. மீண்டும் சவுக்கால் அடித்தனர். குள்ளனின் தலைக்கு நேராக துப்பாக்கியை நீட்டினான். டமாரென ஒரு தோட்டா வெடி சத்தம் கிளம்ப மரத்தின் பொந்தில் மறைந்திருந்த சின்னப்பன் ஓடி வந்து குப்புறப்படுத்து அதிகாரியின் காலில் விழுந்தான். அதிகாரிகள் குள்ளனை சுடாமல் வான் நோக்கி சுட்டு அவன் அச்சத்தில் நடுங்குவதைப் பார்த்து சிரித்து களித்தனர். இதை அறியாமல் குள்ளன் இறந்துவிட்டான் என நினைத்து சின்னப்பனும் வெளியே வந்து மாட்டிக்கொண்டான்.

சின்னப்பனின் முதுகும் சவுக்கால் பழுக்கப்பட்டது. குதிரையின் கடிவாளத்தில் ஒரு கயிறை கட்டி, அதனுடைய இன்னொரு முனையை குள்ளனின் உடம்பில் கட்டி விட்டனர், சின்னப்பனின் உடம்பிலும் ஒரு கயிறு கட்டப்பட்டு ஒரு அதிகாரி பிடித்துக் கொண்டான், துப்பாக்கி முனையை அவனுடைய தலைக்குப் பின்புறமாக வைத்து முன்னே நடந்து போகச் சொன்னான். அவனை தொடர்ந்து அந்த அடர்ந்த காட்டுக்குள்ளே கல்லும், முள்ளும் நிறைந்த ஒத்தையடி பாதையின் வழியாக போனார்கள் குதிரை அதிகாரிகள். குள்ளன் இவர்களுக்கு பின்னே "தர தர" வென இழுத்துக்கொண்டு வரப்பட்டான்.

மெட்ராஸ் மாகாணத்திலுள்ள பெரிய பெரிய நகரங்களில் பிரிட்டிஷ்காரர்களின் ஆதிக்கத்தால் முதலாளித்துவ ஆட்களுக்கு வணிக ரீதியாக பல்வேறு வகையான நிபந்தனைகள் பிறப்பிக்கப்பட்டது. அதில் ஒன்று மாதத்திற்கு ஒருமுறை

உற்பத்தியின் அளவு பொறுத்து கப்பம் கட்ட வேண்டும். எந்தவொரு பொருளாக இருந்தாலும் கிழக்கிந்திய கம்பெனியின் மூலமாகவே ஏற்றுமதியும் இறக்குமதியும் செய்யப்படும். பொருளின் மதிப்பை கம்பெனி தான் நிர்ணயிக்கும். அதை எந்த கேள்வியும் எழுப்பாமல், மறு பரிசீலனை செய்யாமல், வாயை மூடிக்கொண்டு நடைமுறைப்படுத்துவதே முதலாளிகளின் வேலையாக இருக்க வேண்டும் என்பது விதிகள்.

இதனால் பல முதலாளிகளுக்கு சிக்கல்கள் உருவான நிலையில், ஏற்கனவே கொத்தடிமைகளாக நடத்தப்படும் தோட்ட வேலையாட்கள் இன்னும் மோசமாக நடத்தப்பட்டனர். சாப்பாட்டு நேரம், தூங்கும் நேரம் போக மற்ற எல்லா நேரமும் வேலை செய்வது மட்டும் தான் அவர்களின் எண்ணத்தில் வேரூன்றி இருந்தது. யாரேனும் இறந்து போனால் கூட அவர்களை புதைப்பதற்காக தனியான ஆட்களை அமல்படுத்தினர். தோட்ட வேலைகள் எந்த இடையூறுமில்லாமல் நடந்துகொண்டே இருக்கும். வாரத்திற்கு மூன்று பேராவது புதைக்கப்படுவார்கள். சமவெளி நிலப்பரப்பின் காலநிலை மாற்றமும் நீரினால் ஏற்பட்ட பஞ்சமும் கல்வியறிவு இல்லாத மக்களை காடுகளை நோக்கி நகரச் செய்தது.

தோடா இன மக்களுக்கு எருமை மேய்த்தலே முதலான வேலை. அதனாலயே எருமை அந்த இனத்தின் கடவுளாக போற்றப்பட்டது. அதை சுற்றிதான் அவர்களின் வாழ்க்கை முறை அமைந்திருந்தது. எருமை மேய்த்தல் மூலமாக பாலை கறத்தல் அதனூடே பொருளாதாரத்தை மேம்படுத்துதல் இப்படியாக வேயன்னாவின் வாழ்க்கை போய்க்கொண்டிருந்தது. இதெல்லாம் வாசமல்லியை அவன் சந்திப்பதற்கு முன்னால். தேயிலை தோட்ட முதலாளிகளின் வீடுகளுக்கு பால் ஊற்றுவதற்காக காலையும் மாலையும் தோட்டத்தின் உள்ளே சென்று அங்குள்ள செழிப்பான அழகியலைக் கண்டு இரசித்து வருபவன் வாசமல்லியின் கணவன் ஒருவனே.

பஞ்சத்திலிருந்து மீள அந்த தேயிலை தோட்டம் வாசமல்லி ஊர் காரர்களுக்கு ஒரு நம்பிக்கை குடுத்தது. செம்மண் கலந்த நீரை குடித்து குடலை செரித்துபோன அந்த வயிற்றுக்கு மூன்று நாட்களுக்கு முன் தோட்ட முதலாளியின் பிறந்தநாளுக்கு ஆக்கப்பட்ட வெள்ளரசி சோறு பழைய கஞ்சி அவர்களின் வயிற்றை குலுகுலுவென ஆக்கியது.

அன்று காலை வழக்கம்போல் ஆறு மணிக்கு பாலை கறந்து எடுத்து வந்தான் வேயன்னா. நேரம் தாமதமாகி வந்துவிட்டதால் ஒருபத்து பேரை வரிசையாக நிற்க வைத்து பிரம்பு தடியால் அடித்து அடித்து வேலைக்கு அனுப்பினான் தோட்ட மேற்பார்வையாளன். வாசமல்லியின் முகத்தில் வியர்வை வேர்த்து கொட்டின, கைகள் உதறி தள்ளின. “மூணு வேளை சோறு போட்டு தங்கறதுக்கு இருப்பு குடுத்து, சம்பளமும் கொடுத்தா இராவுலாம் தூங்காம பொம்பள மேல ஏறிகிட்டு இருந்திங்களாடா ஆம்பள சுன்னிங்களா” என ஒருவனின் பிட்டத்தில் பலமாக அடித்தான். அடிவாங்கியவன் குப்புற விழுந்து அலற மற்றொரு மேற்பார்வையாளன் அவனை ஓங்கி மிதித்தான். முதுகெலும்பு முறிந்தது போன்ற சத்தம், மூச்சு விட முடியாமல் தவித்தான். சுய நினைவை இழக்கும் நிலையில் “ஓடு ஓடு” என்ற குரல் எதிரொலிக்க, கீழே கிடந்த மக்கறையை இடுப்பில் கட்டிக்கொண்டு அழுதபடி தழைகளை பறிக்கப் போனான். அவன் மனைவியின் வத்திப்போன பெண்ணுறுப்பில் எட்டி உதைக்க மூன்றடி தூரத்துக்கு பறந்து போய் விழுந்தாள். அந்த சரிவில் உருண்டு பிரண்டதில் சேலைகள் கிழிந்து தேயிலை செடிகளின் புதரில் சுருண்டாள்.

வாசமல்லியின் உடல் உருக்குலைந்தது. அவளின் பெற்றோர் பஞ்சத்தில் மாண்டு போயிருந்தனர். ஏறத்தாழ இருபது வயது உடையவள். இப்போது வாசமல்லி அடியை வாங்க தயாராகிப் போனாள். வேயன்னா அப்போது தான் அவளை முதன் முறையாக பார்க்கிறான். கருநிற கூந்தலும் மாநிற உடலும் அவன் மனதில் ஒருவிதமான உணர்வை தூண்டின. அவனை அறியாமல் எப்படியாவது அடி விழாமல் அவளை தப்பிக்க வைக்க வேண்டும் என நினைத்தான். ஆனால் அவனால் அது இயலாது என்று உணர்ந்ததும் வேதனைப்பட்டான்.

வரிசையாக ஆட்களை அடித்ததில் பிரம்புகள் முறிந்து போயின. வாசமல்லியை அடிப்பதற்காக புதிய பிரம்பை எடுத்தான். பிரம்பை பார்த்தாலே நம்மை அறியாமல் அச்சம் தொற்றிக் கொள்ளும். முதலாளியின் கணக்கு பிள்ளையான டி. வி. சண்முக சுந்தர ஐயங்கார் எல்லாவற்றையும் கவனித்துக் கொண்டிருந்தான். இவரின் ஆலோசனைப்படியே முதலாளியின் எல்லா முடிவுகளும் அமையும். வாசமல்லியை அடிக்க பிரம்பை ஓங்கியதும், “நிறுத்து” என ஒரு குரல் கேட்டது. பேர்பார்வையாளன் திரும்பி பார்த்தான், அது ஐயங்கார் தான். அவரின் கண் அசைவில் பிரம்பை கீழே

போட்டுவிட்டு குடுகுடுவென ஓடி ஒரு அடி இடைவெளி விட்டு இடதுபுறமாக நின்றான். மீண்டும் விரலை காட்டி ஒரு சைகை மட்டும் தான், குடுகுடுவென ஓடி வாசமல்லியை ஐயங்காரிடம் அனுப்பினான். வாசமல்லி ஒன்றும் புரியாமல் ஐயங்காரை நோக்கி நடந்தாள். வேயன்னா சற்று தொலைவிலிருந்து அனைத்தையும் பார்த்துக்கொண்டிருந்தான்.

ஐயங்கார் தன் இருபுறமும் ஒரு பார்வை பார்க்க, அவன் உதவியாளர்கள் அவனை விட்டு விலகிச் சென்றனர். தோட்ட வேலையாட்களின் ஒட்டு மொத்த பார்வையும் ஐயங்காரை நோக்கியே இருந்தது. தன் உதவியாளன் ஒருவனை நோக்கி சுண்டு விரலை நீட்டி ஒருமுறை அசைத்தான், உதவியாளன் ஓடிவந்தான். அவன் காதில் ஏதோ சொல்லப்பட்டது. உதவியாளன் மேற்பார்வை ஆட்களில் ஒருவனை அழைத்து செய்தியை சொன்னான். அவன் உடனே கத்த ஆரம்பித்தான், "இங்க யாராச்சும் அம்மணமா அவுத்து போட்டு ஆடராங்களா, யாரோட தலையும் நிமிரக்கூடாது, குனிஞ்ச வாக்குலயே தழைய பரிச்சு நப்புங்க, இன்னிக்கு நூறு மூட்ட கழுத வண்டில கட்டி மலையவுட்டு கீழ எறக்கனும், வேகமா பறிங்க இல்லாட்டி இராத்திரி யாரும் தூங்க போகமுடியாது"

வேயன்னா பாலை உள்ளே எடுத்துச் செல்ல, சில நிமிடங்களில் வாசமல்லி கண்ணை கசக்கிக் கொண்டு வெளியே ஓடி வந்தாள். வேயன்னா குழம்பிப் போனான். பாலை ஊற்றி விட்டு அந்த இடத்தை விட்டு வெளியேறினான். வேயன்னா அன்று முழுக்க வாசமல்லியின் நினைவாகவே இருந்தான். அந்த மலைபகுதியில் தோடா இனமக்கள் வசிக்கும் இடத்திற்கு பக்கத்தில் தான் தோட்ட வேலையாட்கள் தங்க வைக்கப்பட்டிருந்தனர்.

திரி விளக்கினை கையில் எடுத்துக் கொண்டு வேயன்னா அவர்களின் இடம் நோக்கி சென்றான். எந்த அரவமுமின்றி அனைவரும் உறங்கிக் கொண்டிருந்தனர். விளக்கின் வெளிச்சத்தில் ஏதோ ஒரு உருவம் நிழல் போல் தென்பட எந்த அசைவுமின்றி சிலைபோல் நின்றான். வானத்தின் நட்சத்திரமும், நிலாவின் வெளிச்சமும் விளக்கின் ஒளியை சமன் செய்தன. தூக்க கலக்கத்தில் சிறுநீர் கழிப்பதற்கு எழுந்து வந்திருப்பாள் போல, நின்ற நிலையிலேயே பாவாடையை முழுவதுமாக தூக்கி அமர்ந்தாள். வேயன்னாவின் முகம் குப்பென வியர்த்தது. இள வயதுக்காரியின் தொடையும் பிட்டமும் கண்டு சொக்கிப் போனான். உட்கார்ந்த

தினேஷ் இரவிச்சந்திரன்

வேலையை முடித்து பாவாடையை இறக்கிக்கொண்டு எழுந்தாள். விளக்கை முகத்திற்கு நேராக பிடித்திருந்ததால் வேயன்னா தலையின் நிழல் தரையில் பட்டு, அவள் கண்ணில் தென்பட்டது. இரு கண்களையும் தேய்த்து உற்றுப் பார்த்தாள். சட்டென வேயன்னா இருளில் மறைந்து கொண்டான். அறை தூக்கத்தில் ஏற்பட்ட மன பிரம்மை என நினைத்துக்கொண்டாள். கால்களை சுத்தம் செய்து கொள்ள தண்ணீர் தொட்டி அருகில் வந்தாள். அந்த இருட்டில் திடீரென அவள் முன் சென்றால், பயப்பட்டு கத்த நேரிடும் என உணர்ந்து வாசமல்லிக்கு தான் வந்திருப்பதை தெரியப்படுத்த அவன் மேனியில் அணிந்திருந்த சால்வையை ஒரு குச்சியில் சொருகி வைத்தான். தோடா மக்கள் அணியும் உடையானது மற்ற இனக்குழுவிடமிருந்து வேறுபட்டு தனித்துவமாக இருக்கும். எளிதில் அவற்றை அடையாளம் கண்டு கொள்ளலாம். எப்படியும் தினமும் காலையில் பால் ஊற்ற வரும் வேயன்னாவை அனைவரும் கவனிக்க வாய்ப்புண்டு. இன்று காலை கூட வாசமல்லி அவனை பார்த்திருப்பாள். அந்த நம்பிக்கையின் அடிப்படையில்தான் வேயன்னா இந்த செயலை செய்தான்.

வாசமல்லி நெருங்கி வந்துவிட்டாள், குச்சியில் செருகியிருந்த சால்வை காற்றில் அசைந்து வாசமல்லியின் கண்களை மறைத்தது. வேயன்னாமறைந்துகொண்டான்.சால்வையைவிளக்கிக்கொண்டு, தண்ணீர் மொண்டு தன் தொடைகளுக்கிடையில் ஊற்றினாள். பெண்ணுறுப்பில் பட்டு தொடை வழியாக வழிந்தோடியது. இருமுறை அதையே செய்த பிறகு மீண்டும் உறங்குவதற்கு கொட்டகை நோக்கி திரும்பினாள். தரையில் ஏதோ ஒரு உருவம் தெரிவதை கண்டுவிட்டாள். வாசமல்லிக்கு இந்த காடு புது இடமாக இருந்தாலும் இப்போது பழகிப்போனது. சற்று கூர்ந்து அந்த உருவத்தைப் பார்க்க, வேயன்னா அவளை நோக்கி வந்தான். அவளின் பின்புறமாக ஒரு கையால் இறுக்கமாக அணைத்து மறுகையால் அவளின் வாயை பொத்திக் கொண்டான். எந்த ஆணின் மூச்சுகாற்றும் படாத அவளது உடல் ஒரு ஆணின் அரவணைப்பில் சுருண்டது, அந்த கைகள் அவளின் மனதிற்கு அச்சுறுத்தல் ஏற்படத்தவில்லை, மாறாக அது ஒரு பாதுகாப்பு வளையம் போன்ற உனர்வை தந்தது.

"ஏய் பொண்ணு.... கத்தாத நான் தோட்டத்து பால்காரன் வேயன்னா.... கத்தாத பொண்ணு.... நான் எதுவும் பண்ணமாட்ட, உன்ன பாக்கணும் போல இருந்துச்சு, காலைல அழுதிக்கிட்டே

போன என் மனசு முழுக்க உன்ன பத்தியே தான் இருந்துச்சு" இப்படியாக பேசிக் கொண்டே இருந்தான். இன்னும் அவன் கைகள் அவள் இடுப்பிலிருந்தும், வாயிலிருந்தும் விலகவில்லை.

"சொல்லு பொண்ணு என்னாச்சு, ஐயங்காரு உன்ன என்ன சொன்னாரு" என கேட்டான். அவள் எந்த அசைவுமின்றி அமைதியாக இருந்தாள். "நான் கைய எடுத்துக்குற கத்திறாத புள்ள" என சொல்லி மெதுவாக கைகளை எடுத்தான்.

நின்ற இடத்திலேயே திகைத்துப் போனாள், வாசமல்லி தன் கழுத்தை மட்டும் திருப்பிப் பார்த்தாள், வேயன்னா தலைகுனிந்து கொண்டான். காற்றில் சால்வை பறந்தது, அடர்ந்த காடு, புழுக்களும் பூச்சிகளும் விலங்குகளும் அங்குமிங்கும் சுற்றிவரும். ஒரு பாம்பு வேயன்னாவை நோக்கி அருகில் வர வாசமல்லி கீழே வைக்கப்பட்ட விளக்கின் வெளிச்சத்தில் கவனித்தாள். வேயன்னாவின் கைகளை பிடித்து இழுத்தாள். மீண்டும் அரவணைத்துக் கொண்டான், அவனின் காதோரம் "பாம்பு" என வாசமல்லி மெதுவாக சொல்ல, கட்டிப்பிடித்தவாறே இருவரும் பார்த்தனர். பாம்பு தன் இறையைத் தேடி திசையை மாற்றி ஊர்ந்தது. இன்னும் கைகள் விலகவில்லை உடல் சேர்ந்தே இருந்தன. அது வேயன்னாவின் உடலில் புதுவித உணர்வுகளைத் தூண்டின. வாசமல்லிக்கும் அந்த அரவணைப்பு பிடித்துப் போனது. அந்த தொடுதலில் எவ்வித சஞ்சலமும் அவள் மனதிற்கு தோன்றவில்லை, வேயன்னா மூச்சை இழுத்து வேக வேகமாக விட்டான். அவனின் மூச்சு காற்று வாசமல்லி உடல் முழுக்க வியாபித்திருந்தது, கண்களை மூடிக்கொண்டாள் சால்வை பறந்து வந்து இருவரையும் மூடியது, அவள் உதட்டில் முத்தங்களை பதித்தான், அமைதி அவளின் உடல் முழுதும் சூழ்ந்தது.

டி.வி.சண்முக ஐயங்கார் அவளிடம், "எனக்கு உன்னை கொடுத்து விடு, உனக்கு தேவையானவற்றை நான் பார்த்து கொள்கிறேன். நான் எப்போதெல்லாம் அழைக்கிறேனோ அப்போது என்னிடம் வந்து செல், இந்த சலுகை எல்லோருக்கும் நான் கொடுப்பதில்லை, என்னிடத்தில் இறைவன் உன்னை கவனிக்கும் படி கட்டளையிடுகிறான். அவன் இட்ட ஆணையை ஒருபோதும் மீறியதில்லை, நீ செய்ய வேண்டியதெல்லாம் ஒன்றே ஒன்று தான், முழு விருப்பத்தோடு என்னிடம் சரணடைந்து என்னை உபசரிப்பதன் வழியாக, அந்த இறைவனே உனக்கு பலன் அளிப்பான்" வாசமல்லி மௌனம் காத்தாள், அவள் கண்களில்

நீர் ததும்பியது. "அவசரப் படாமல் நிதானமாக யோசித்து விட்டு உன் முடிவை நாளை கூறு. ஒன்றை மட்டும் நினைவில் வைத்துக் கொள் அந்த இறைவனே உன்மீது விருப்பப்படுகிறான், அவனுக்கு தொண்டு செய்து உற்சாகப்படுத்து, உன் வாழ்வை மாற்றியமைக்க தக்க தருணம். இப்போது நீ செல்" என்றான். இவ்வாறு அன்று காலை நடந்தவற்றை வாசமல்லி, வேயன்னாவிடம் தெரிவித்தாள்.

அடுத்த நாள் காலையில் இருவரும் தோடா முறைப்படி வாழ்க்கையைத் தொடங்கினர். அந்த கொட்டகையில் இருந்து விடுபட்டு வாசமல்லி தோடா இனத்தில் ஒருவளாக மாறினாள், விவரம் அறிந்த ஐயங்கார், "ஒப்பந்தம் முடியுமுன்பே என் தோட்ட ஊழியப் பெண்ணை இல்லற வாழ்க்கைக்கு அழைத்துச் சென்றதால், இன்று முதல் வேயன்னா பொதி சுமக்கும் கழுதையை வழிநடத்தி காட்டின் அடி வாரத்திற்கு சென்று தேயிலையை பரிமாற்றம் செய்து விட்டு வர வேண்டும், இதுவே தர்மம்" என்று தோட்ட முதலாளியிடம் ஐயங்கார் தெரிவித்தான். அதன்படியே வேயன்னா பால்காரன் பொறுப்பிலிருந்து விளக்கப்பட்டான்.

சின்னப்பன் அடர்ந்த காட்டில் கரடு முரடான பாதையில் குதிரையை இழுத்துக் கொண்டு வெள்ளக்கார அதிகாரிகளை அழைத்துப் போனான். குள்ளன் உடம்பில் உயிர் மட்டும் ஊசலாடியது, சுயநினைவை இழந்து செத்த பிணமாகினான். பெரிய மலைச்சரிவில் ஏறும்போது சின்னப்பனுக்கு தண்ணீர் தாகம் எடுத்தது அதிகாரியிடம் கேட்டான், அடிபட்ட வெள்ளை அதிகாரி பளீரென அவன் முதுகில் அடித்ததில் "ஐயோ யம்மா" என கத்தி இரு கைகளாலும் முதுகை தேய்த்துக்கொண்டு தாவிகுதித்து இரண்டடி ஓடி குப்புற விழுந்தான், அதிகாரி கயிற்றை இழுத்துப்பிடித்து மீண்டும் நடக்க வைத்தான். அவன் எவ்வளவோ கத்தியும் அதிகாரிகளின் காதில் விழுந்தும் கண்டுகொள்ளாமல், அவர்களுக்குள்ளே பேசிக்கொண்டிருந்தனர்.

பிரெஞ்சுக்கு எதிரான வாட்டர்லு போரில் நெப்போலியனை வென்று நாடு கடத்தியதில் பிரிட்டிஷ் அதிகாரி ஆர்தர் வெல்லஸ்லி முதலாம் வெல்லிங்டனுக்கு பெரும் பங்களிப்பு உண்டு. அதைத் தொடர்ந்து பிரிட்டிஷ் அதிகாரிகள் மற்ற நாடுகள் மீது பெரும் ஆதிக்கத்தையும், அதிகாரத்தையும் செலுத்தி வந்தனர். பிரிட்டிஷ் அதிகாரிகளுக்கு வெல்லிங்டன் ஒரு சிறந்த முன்மாதிரியாகவும், வழிகாட்டியாகவும் திகழ்ந்தார்.

கடல் மட்டத்திலிருந்து ஏழாயிரம் அடிக்கு மேல் உயரத்தில் அமைந்திருப்பதால் அப்பகுதி எப்பொழுதும் குளுமையாக இருக்கும். பிரிட்டிஷ் அதிகாரிகள் மேலே செல்ல செல்ல அவர்களின் எண்ணங்களில் பல்வேறு வகையான கற்பனைகள் வந்து போயின. இப்படியான ஒரு பிரமாண்ட மலைப்பகுதியை அவர்கள் வாழ்நாளில் கண்டதேயில்லை. பாதையை கடக்க கடக்க அதிகாரிகளை பிரமிக்க வைத்தாள் மலைராணி.

அதிகாரிகளின் தலைவனுக்கு திடீரென ஒரு யோசனை தோன்றியது, இங்கிலாந்தில் வசித்து வரும் வெல்லஸ்லியை ஒரு முறையாவது அழைத்து வந்து மலை ராணியின் பிரமிப்பை காண்பித்து பிரமிக்க வைத்துவிட வேண்டும் என்பதே அந்த அதிகாரிகளின் தலைவனுடைய எண்ணமாக இருந்தது. ஆனால் அது அவ்வளவு சாத்தியமில்லை. கிட்டத்தட்ட வெல்லெஸ்லி அறுபது வயதை கடந்தாலும் இன்னும் உடல் வலிமையோடு தான் இருக்கிறார். ஆனாலும் தொடர்புகொண்டு வரவழைப்பதற்கு இன்னும் மூன்று அல்ல நான்கு வருடங்கள் ஆகும். என்ன செய்வது என்று தெரியாமல் குதிரையின் மீது அமர்ந்தவாறே ஒரே சிந்தனையில் போய்கொண்டிருந்தான் பிரிட்டிஷ் அதிகாரி.

ஆங்கில கிழக்கிந்திய கம்பெனியின் மதிப்புமிக்க ஆலோசகரான ரால்ப் ஃபிட்ச் 16ஆம் நூற்றாண்டின் தொடக்க காலத்தில் வணிகத்தை பெருக்கி கொள்வதற்காக மெசபடோமியா, பாரசீக வளைகுடா, இந்திய பெருங்கடல், தெற்காசியா மற்றும் தென்கிழக்கு ஆசியா பகுதியில் ஒரு ஆய்வை மேற்கொண்டார். அதன் விளைவு முந்நூறு ஆண்டுகள் இந்திய நாட்டின் வளங்களை சுரண்டுவதற்கும் அதன் பின் பிரிட்டிஷ் ஆட்சி செய்வதற்கும் ஒரு பெரிய அடித்தளமாகிப் போனது. பிரிட்டிஷ் அரசு கிழக்கிந்திய கம்பெனியை நிறுவுவதற்கு முன் பிரிட்டனில், முதலாம் எலிசபெத் மகாராணி ஆட்சி செய்து வந்தார். ஐரோப்பாவின் முக்கிய வல்லரசுகளாக இருந்த போர்த்துகீசும் ஸ்பெயினும் வர்த்தகத்தில் பிரிட்டனைப் பின்னுக்குத் தள்ளின. வணிகர்கள் என்ற போர்வையில், போர்ச்சுக்கல் மற்றும் ஸ்பெயினின் வணிகக் கப்பல்களைக் கொள்ளையடிக்கும் கடல் கொள்ளையர்களாகவே திருப்தி அடைந்தனர் பிரிட்டிஷ்காரர்கள்.

இருநூறுக்கும் மேற்பட்ட செல்வாக்கு மிக்க மற்றும் தொழில்முறை வல்லுநர்களுடன், இந்தியாவை நோக்கி மற்றொரு

பன்னாட்டு வணிகரான ஜேம்ஸ் லான்கஸ்டர் உடன் ஒரு படை கிளம்பியது. ஆகஸ்ட் 1608ல், கேப்டன் வில்லியம் ஹாக்கின்ஸ் தனது 'ஹெக்டர்' என்ற கப்பலை இந்தியாவின் சூரத் துறைமுகத்தில் நிறுத்தி, கிழக்கிந்திய கம்பெனியின் வருகையை அறிவித்தார்.

வணிகத்தில் கோலூன்றிய பிரிட்டிஷ் அரசு தொழில் புரட்சியிலும் ஒரு முன்னோடியாக திகழ்ந்தது. ஜார்ஜ் ஸ்டீபென்சன் 1804ஆம் ஆண்டில் இருபத்தைந்து டன் எடை கொண்ட இரும்பு பொருட்களையும், எழுபது நபர்களையும் சுமந்து கொண்டு பத்து மைல் தொலைவிற்கு கடக்க ஒரு இரயில் வண்டியை அமைத்தார். அதன் பின் இங்கிலாந்து முழுவதும் பரவலாக பிரபலமடைந்தார், பிரிட்டிஷ் அரசாங்கம் அவருக்கு பக்கபலமாக இருந்தது. அதைத் தொடர்ந்து கிழக்கு இந்தியாவை ஆட்சி செய்த பிரிட்டிஷ் அரசாங்கம் சூரத்தை தலைமையிடமாகக் கொண்டு பின் கொல்கத்தா, மும்பை, மதராஸ் போன்ற இடங்களை தலைநகரங்களாக அறிவித்த பின் அவர்களின் போக்குவரத்து வசதிக்காகவும் வணிகங்களை ஏற்றுமதி, இறக்குமதி செய்யவும் ஆங்காங்கே இரயில் பாதைகளை அமைக்க திட்டமிட்டனர். அதன் படி இந்தியாவில் இருப்புப் பாதைக்கான திட்டம் 1832ஆம் ஆண்டில் வரையப்பட்டது. 1836 இல் முதல் இருப்புப் பாதை தற்போதைய சென்னை சிந்தாதிரிபேட்டை பாலம் அருகே சோதனையோட்டமாக அமைக்கப்பட்டது. 1837ல் செங்குன்றம் ஏரிக்கும் செயின்ட். தாமசு மவுண்ட்டின் (பரங்கிமலை) கற்சுரங்கங்களுக்கும் இடையே 3.5-மைல் (5.6 km) தொலைவிற்கு இருப்புப் பாதை நிறுவப்பட்டது.

எப்படியோ ஒரு வழியாக ஏழாயிரம் அடி உயரத்தை கடந்து வந்துவிட்டார்கள், தோட்டத்து மேற்பார்வையாளன் வெள்ளைக்கார அதிகாரிகளைக் கண்டு மிரண்டு ஓடினான். டி. வி சண்முக சுந்தரத்துக்கு செய்தி சொல்லப்பட்டு ஓடோடி வந்தார். அதுவரையில் ஐயங்காரிடம் இப்படியான நடவடிக்கையை யாரும் கண்டதில்லை. அதிகாரிகளைப் பார்த்தவுடன் கையெடுத்து கும்பிட்டார், முதலாளியைக் கூட இப்படி வணங்கியதில்லை, அதிகாரிகள் ஆங்கிலத்தில் உரையாடினார்கள் ஐயங்கார் சரளமாக பேசாவிட்டாலும் கூட கொஞ்சம் சமாளித்தார். அதனாலயே வெள்ளக்கார அதிகாரிகளிடம் ஐயங்கார் முதல் கட்ட சந்திப்பிலேயே உறவு பூண்டார், பல கேள்விகள் எழும்பின அனைத்திற்கும் பதில் அளித்தார். கண்ணபிரான் முதலாளிக்கும் தகவல் சொல்லப்பட்டு அந்த இடத்திற்கு வந்து சேர்ந்தார். தீவிரமாக உரையாடல்கள்

நடந்தன முதலாளி வந்ததைக் கூட பார்த்தும் பார்க்காமல் ஐயங்கார் ஆங்கிலத்தில் பேசிக் கொண்டிருந்தார். முன்பெல்லாம் முதலாளியைக் கண்டாலே ஒரு கையால் வணக்கம் தெரிவிப்பார், இப்போது கண்டு கொள்ளவே இல்லை. ஆனால் முதலாளிக்கு ஐயங்கார் மீது பெரும் நம்பிக்கை உண்டு, "முக்கியமான சமாசாரம் போல அதான் நம்மை கண்டு காணாமல் இருக்கிறான்" என்று மனதை சமாதானம் செய்து கொண்டார். ஆனால் முகத்தில் அந்த கோவம் இருப்பதை ஐயங்கார் புரிந்து கொண்டார், சில நிமிடம் கழித்து இவர்தான் இந்த இடத்தின் பாதுகாவலர் என்று அறிமுகப்படுத்தி வைத்தார்.

"Ohh Security Guard" என்று சொல்லி முதலாளியைப் பார்த்து அதிகாரி புன்னகைத்தவுடன், முதலாளியின் முகத்தில் புன்னகை பூரிப்பு அடைந்ததால் ஐயங்காருக்கு சற்று மகிழ்ச்சி. பின் உரையாடல் நீண்டு கொண்டே போனது. அதிகாரிகள் இன்று இரவு நாங்கள் தங்குவதற்கு இடம் வேண்டும் என்றவுடன் ஐயங்கார், "என்னோட மாளிகை உள்ளது, இனி அது உங்களுக்கானது நீங்கள் எங்குனாலும் தங்கலாம்" என்று ஆங்கிலத்தில் கூறியவுடன் அதிகாரிகளுக்கு ஒரே மகிழ்ச்சி. ஆங்கிலத்தில் பேசுகிறான் நமக்கு வேண்டியதை உடனே ஏற்பாடு செய்து தருகிறான், அந்த அடர்ந்த மலைகாட்டில் கிட்டத்தட்ட நமக்கு வேண்டிய அடிமை கிடைத்து விட்டான், இனி அடுத்தகட்ட திட்டங்களை நிறைவேற்ற இவன் சரியான ஆளாக இருப்பான் என எண்ணினார்கள்.

அதிகாரிகளைப் பார்த்ததில் இருந்து முதலாளிக்கு நெஞ்சு பதைத்தது, இது நாள் வரை யாருக்கும் தெரியாத மலையில் இருக்கும் தோட்டத்தை எப்படி மோப்பம் பிடித்தார்கள் இந்த அதிகாரிகள். யார் செய்த சதி வேலையாக இருக்கும் என்று தனக்குள்ளே பல கேள்விகளை எழுப்பி புலம்பிக் கொண்டிருந்தார் முதலாளி. குள்ளன், சின்னப்பன் மீது அளவில்லாத கோபம் ஒரு பக்கம் இருந்தாலும், உடம்பில் உள்ள தோல் கிழிந்து, சதை தொங்கி, இரத்தம் வழிந்து உறைந்து போன இருவரையும் பாரத்து மனசை இலகுவாக்கினார் முதலாளி.

முதலாளி அடிக்கடி பட்டனம் சென்று வணிக வியாபாரிகளை சந்தித்து கலந்தாய்வு செய்துவிட்டு வருவது வழக்கம், அப்படி ஒரு நாள் சென்ற போது கணக்கு வழக்குகளைப் பார்த்து கொள்ளவும், தோட்ட ஆட்களை முறையாக வேலை வாங்குவதற்கும் ஒரு

நபரை தேடி வந்தார். அந்த சமயத்தில் பட்டினத்தில் உள்ள மற்றொரு வியாபாரி கடையில் வேலை செய்து வந்த ஐயங்கார். அந்த முதலாளியிடம் ஐயங்கார் சம்பளத்தை அதிகப்படுத்தித் தருமாறு கேட்க, முதலாளியோ "ஓ.... உனக்கு சம்பளம் கேக்கற அளவுக்கு வந்துருச்சா திமிரு, உன் நோட்டுல எழுதி வெச்சுக்குற கணக்கு மைர விட, என் மண்டைல இருக்குற கணக்கு அதிகம். இஷ்டம் மைரு இருந்தா வேலை செய்யு, இல்லாட்டி எடத்த வுட்டு கௌம்பிக்கிட்டே இரு" என திட்டினார். அப்பொழுதுதான் கண்ணபிரான் ஐயங்காரை சந்தித்து அவருடைய குடும்பத்தோடு தன்னுடைய தோட்டத்துக்கு அழைத்து வந்தார்.

ஐயங்காருக்கு, கண்ணபிரான் ஐந்தாவது முதலாளி, இதுவரை வேலை செய்த எந்த இடத்திலும் பெரியதாக ஊதியமில்லை, இதனாலயே முதலாளிகள் மீது ஐயங்காருக்கு கோபம் இருந்து கொண்டே இருக்கும். ஆனால் நேரடியாக வெளியில் காட்டிக் கொள்ளமாட்டார். நிறைய பணம் சம்பாதிக்க வேண்டுமென எண்ணம் மனதளவில் மட்டுமில்லாமல் சில நேரங்களில் செயல்படுத்தவும்செய்வார்.கணக்குகளில்மாற்றிஎழுதிபணத்தினை பாதி வீட்டுக்கு எடுத்து செல்வார். அப்படி செய்தபோது தான் ஒரு நாள் மாட்டி கொண்டார் ஐயங்கார். அதனால் தான் பழைய முதலாளி "என் மண்டையல இருக்க கணக்கு அதிகம்" என வசனம் பேசினார்.

திருமணமாகாத ஐயங்காருக்கு சின்ன குடும்பம் தான், ஒரு தங்கை, அம்மா மட்டுமே. அப்பா நாற்பது வயதிலேயே காலமாகிவிட்டார், அவருடைய அப்பாவும் செட்டியார் வீட்டில் கணக்கு பிள்ளையாக வேலை செய்தவர் தான். எந்த வேலையும் செய்யத் தெரியாத அம்புஜம் தவித்த போது, அவள் அழகில் சொக்கி விழுந்த முதலாளி செட்டியார் அம்புஜத்தை தனது குடும்பமாக்கி காப்பாற்றி வந்தார். பின் அந்த செட்டியாரும் இறந்து விட மீண்டும் அம்புஜம் தனித்து விடப்பட்டாள். அதற்குள் சண்முக சுந்தர ஐயங்கார் வாலிப வயதை எட்டிவிட்டதால், அதே செட்டியார் வீட்டில் வேலைக்குச் சென்றார். ஆனால் அந்த இடம் ஐயங்காருக்கு சற்று வெறுப்பை அளித்தது. ஏனென்றால் ஒருமுறை அம்புஜமும், செட்டியாரும் ஒரே கட்டிலில் படுத்து புரள்வதைப் பார்த்து சண்முகம் அப்படியே திரும்பிச் சென்று ஒரு மூலையில் உட்கார்ந்து கொண்டான். வீட்டில் தூங்கிக் கிடந்த பத்து வயதே நிரம்பிய அவனின் தங்கை ஜானகி திடீரென எழுந்து, "அம்மா ...அம்மா...." என கத்தியதால்

அம்புஜம் மார்பை சுவைத்துக் கொண்டிருந்த செட்டியார், பின் அம்புஜத்தை விடுவித்து "நாளைக்கும் வர" என சொல்லி கிளம்பி சென்றார்.

செட்டியார் போனதை பார்த்த சண்முகம் வீட்டினுள் நுழைந்தான். அம்புஜத்திடம், "செட்டியார் முதலாளி எதுக்கு வந்துட்டு போராரு" என கேட்டான். அதற்கு அம்புஜம்" அவரு உங்க அப்பா மாதிரி நம்ம மேல அவ்ளோ பிரியம், அவருக்கு நேரம் கிடைக்கும் போது வந்துட்டு போவாரு" என சொல்லி முடித்தாள். சண்முகம் தனது குடும்ப சூழ்நிலையும், தனது அம்மாவின் நிலைமையும் புரிந்து கொண்டான். சிறு வயதிலியே பக்ஷிராஜம் ஐயங்கார் அவ்வப்போது கணக்குகளைப் பற்றி பயிற்சி அளித்து வந்ததால் எளிதில் அந்த கணக்கு பிள்ளை தொழிலை கற்றுக் கொண்டான். பின் அங்கிருந்து வேலை மாற்றி இடம் பெயர்ந்து இன்று ஏழாயிரம் அடி உயரத்தில் மலைராணியின் நடுவில் அமைந்துள்ள "ஒத்தகல் மந்து" இடத்தில் தேயிலை தோட்ட முதலாளியின் தயவில் குடும்பத்தோடு தஞ்சம் அடைந்தார் டி. வி சண்முக சுந்தர ஐயங்கார்.

இப்போது அம்புஜம் அறுபது வயதைத் தாண்டிவிட்டாள், தங்கை ஜானகி இருபது வயதை தொட்டுவிட்டாள், அம்புஜத்தின் அத்தனை அழகும் ஒரு படி மேலே சென்று ஜானகியை பற்றிக் கொண்டது.

இராணுவ அதிகாரிகளை அன்று இரவு முதலாளியின் வீட்டில் தங்க வைக்க ஏற்பாடு செய்தார் ஐயங்கார். வெள்ளைக்கார அதிகாரிகளின் துப்பாக்கி சத்தம் தோடா மக்களின் காதுகளைப் பிளந்தது. அதைத் தொடர்ந்து ஒரு வருட காலமாக அந்த மலைப் பகுதியை சுற்றி அவர்களின் திட்டங்களை செயல்படுத்தும் முயற்சியில் மும்முறமாக இருந்தனர். அவர்கள் திட்டத்திற்கு போதுமான வேலையாட்கள் அந்த பகுதியில் இல்லை. எனவே வெளியிலிருந்த ஆட்களை கொண்டுவர வேண்டும், இங்கிருக்கும் ஆட்களையும் அந்த பணிகளில் ஈடுபடுத்த வேண்டும்.

யாருமே எதிர்பார்க்கவில்லை அந்த இரவு இப்படி நடக்குமென்று. முதலாளியின் தோட்டத்தை சுற்றி இரவு நேரத்தில் இறையை தேடியும் தண்ணீரை குடிப்பதற்கும் மான்கள் வந்து போகும், அப்படி வந்த இளங்கன்று மானை சுட்டு கொள்வதற்கு ஒரு

இராணுவ அதிகாரி குறிபார்த்து சுட்டதில் குறி தவறி எருமையின் உடலில் தோட்டா துளைத்தது. அதைத் தொடர்ந்து இடைவிடாது தோட்டாக்கள் சத்தம், அதிகாரி விடுவதாக இல்லை, மீண்டும் குறி வைத்தான் இளங்கன்று மானை குண்டு தாக்கியது ஐயங்கார் ஓடி வந்தார். முதலாளி ஐயங்காரை கூப்பிட்டு, "என்ன பண்றாங்க அந்த வெள்ளக்கார பசங்க" என்றார். மான் துடிதுடித்து சுருண்டு போனது. முதலாளி எருமையின் அருகில் சென்று பார்த்தார் அதன் உடலிலிருந்து இரத்தம் ஆறாய் ஓடியது.

முதலாளிக்கு ஒரே பதட்டம் தோடா இன மக்களுக்கு எருமை தான் முதல் கடவுள், அதுவும் இந்த எருமை வாசமல்லியின் கணவன் பொன்குட்டனுடையது. வாசமல்லியின் வயிற்றில் வளரும் தன் பிள்ளை நல்லபடியாக பிறந்தால், தெய்வத்திற்கு காணிக்கையாகக் கொடுக்க நேர்ந்துவிடப்பட்டது. முதலாளியின் எருமைக்கு செனை ஊட்டுவதற்காக இரவில் தோட்டத்தில் விட்டு செல்வான் பொன்குட்டன்.

அந்த மலைக்கு வெள்ளைக்கார அதிகாரிகள் வந்ததிலிருந்து இரவு முழுக்க அவர்களின் கூச்சலும் வெடி சத்தமுமாக இருந்தது. தினமும் ஏதாவது உயிரினங்களை வேட்டையாடிக் கொண்டிருந்தனர். இத்தனை வருடம் காட்டில் அந்த மக்கள் வாழ்ந்து வந்தாலும் தேவையின்றி ஒரு உயிரைகூட கொல்ல மாட்டார்கள். அப்படியே கொன்றாலும் அத்தியாவசிய தேவைக்காகத்தான் இருக்கும், அதிலும் ஒரு அறத்தோடு விலங்கினை வீழ்த்துவார்கள். ஆனால் இந்த வெள்ளைக்காரர்கள் வெறும் கிளர்ச்சிக்காக விலங்குகளைக் கொன்றனர். பின்னாட்களில் வேட்டையாடுவது அவர்களின் முக்கியமான ஒரு பொழுதுபோக்காகவே மாறிப்போனது. அதன் விளைவு காட்டில் பல உயிர்கள் அழிக்கப்பட்டன. சில சமயங்களில் அதிசயமான பறவைகளும், விலங்குகளும் அவர்களின் நாட்டிற்கு கொண்டு செல்லப்பட்டன.

தன் எருமையை சுட்டுக் கொன்ற வெள்ளைக்கார அதிகாரியை பொன்குட்டன் ஆத்திரத்தில் அடித்து கொன்றுவிட்டான். இதே வெள்ளைக்கார அதிகாரிகள் பொன்குட்டனின் சகோதரனான வேயன்னாவை காட்டிலே சுட்டு கொன்றதில் அவர்களால் அந்த சடலத்தைக் கூட கண்டுபிடிக்க முடியாமல் போனது. காட்டில் வாழும் புழுக்களுக்கும், பூச்சிகளுக்கும், பறவைக்கும், விலங்கிற்கும் இறையாகிப் போனான் வேயன்னா. அந்த தீரா கோவம் அவன்

மனதில் பற்றி எரிந்து கொண்டே இருந்தது.

தன்னுடைய சக அதிகாரியை கொன்றதால் ஆத்திரமடைந்த அதிகாரியின் தலைவன் பெருங்கோபத்திற்கு உள்ளானான். இந்த செய்தி மெட்ராஸ் மாகாணத்தில் உள்ள சென்னை கிழக்கிந்திய கம்பெனிக்குச் சென்றது. அங்கிருந்து சான் சல்லிவன் தலைமையில் ஒரு அணி கொங்கு நாட்டில் உள்ள "கோவன் புத்தூருக்கு" சென்றது.

1804ஆம் ஆண்டில் ஆங்கிலேயர்களுக்கு எதிரான அறச்சலூர் போரில் தீரன் சின்னமலை வெற்றி பெற்றார், அந்த போரில் முக்கிய பதவியில் வகித்த சான் சல்லிவனுக்கு பெரும் பங்குண்டு. அதற்கு முன்னதாகவே 1802ஆம் ஆண்டில் "ஓடா நிலை"யில் வெற்றி பெற்று ஒரு கோட்டையை நிறுவினார் தீரன். ஆங்கிலேயருக்கு பல வழிகளில் தீரன் சின்னமலை தன்னுடைய எதிர்ப்பை வெளிப்படுத்தி அவ்வப்போது சண்டைகள் செய்து வந்தார். ஒரு கட்டத்திற்கு மேல் பிரித்தானிய அரசால் கட்டுப்படுத்த முடியாமல் வேறு வழியின்றி கள்ளிக்கோட்டையில் இருந்து பீரங்கி படையினைக் கொண்டு வந்து கோட்டையை தகர்த்து தீரன் சின்னமலையை சிறைபிடித்து 1805ஆம் ஆண்டு தூக்கில் ஏற்றினார்கள். இந்த போரில் கொங்கு பகுதியினை நன்கு கற்றறிந்தவனாக சான் சல்லிவன் திகழ்ந்ததால், பல ஆண்டுகள் கழித்து இப்போது மீண்டும் ஒரு படையுடன் "ஒத்தக்கல் மந்தை" நோக்கி வருகிறார்கள்.

பொன்குட்டனை அதிகாரியின் தலைவன் சாட்டையால் அடிக்க, தோடா இன மக்கள் ஒன்று திரண்டனர், எங்கிருந்து தான் அந்த துணிச்சல் வந்ததென தெரியவில்லை, கூட்டத்தில் இருந்த ஒருத்தன் "டேய் உரிச்ச கோழி, யாருடா நீ, உனக்கும் எங்களுக்கும் என்ன உறவு, நாங்க பேசுற மொழி உங்களுக்குத் தெரியல, நீங்க பேசுறது எங்களுக்குப் புரியல, எங்க எடத்துக்கே வந்து எங்கலயே மிரட்டுற. இத்தனை வருசமா இதே காட்டுல தான் நாங்க தலைமுறை தலைமுறையா வாழ்ந்து வரோம் ஒரு குயிலு, குருவிங்க சத்தம் தவிர வேற எதுவும் கேட்டதில்லை, இப்பலா ஒரே குண்டு சத்தமா தான் கேக்குது, ஒரு உசுற எடுக்கறதுக்கு முன்னாடி அதோட வயசு, உடல்வாகு பூராத்தையும் கவனிக்கனும் கண்ணுல சிக்குறது எல்லாத்தையும் சுட்டு திண்ணக் கூடாது, உங்க வீரத்துக்கும், விளையாட்டு புத்திக்கும் காட்டுல வாழ்ற உசுருதான் கெடச்சதா, இந்த மலையும், காடும் எங்களுக்கு சொந்தம், எங்களுக்கு எந்தளவுக்கு உரிமை இருக்கோ, அதே அளவுக்கு இந்த

காட்டுல வாழ்ற ஒவ்வொரு உயிருக்கும் இருக்கு, காட்டுல அடி எடுத்து வெச்சவுடனே எங்க ஆளுங்கள அடிச்சி, சுட்டு கொன்ன, இப்ப விலங்குகள கொல்ற, அப்புறம் நாளைக்கு காட்டியே அழிப்ப இதெல்லாம் நாங்க உக்காந்து பாத்துகிட்டு வெரல சூப்பிக்கிட்டு இருக்கனும்''

வெள்ளக்கார அதிகாரிக்கு ஒன்றும் புரியவில்லை, ஆனால் முக பாவனையும், உடல் மொழியும் காட்டிக்கொடுத்தது. ஐயங்கார் மட்டும் தான் அதிகாரிகளுக்கு ஆதரவாக இருந்தார். அதிகாரியே சற்று மிரண்டு போனான், கூட்டமாக ஒன்று சேர்ந்து விட்டார்கள், கையில் துப்பாக்கி இருந்தாலும் அந்த அடர்ந்த காட்டில் அவர்கள் நான்கு பேர் மட்டுமே, நிலவரத்தை உணர்ந்த வெள்ளக்கார அதிகாரி அங்கிருந்து, அந்த காட்டை விட்டு கிளம்பினான்.

இனி அடுத்து நிகழப்போகும் நிலையைப் பற்றி யாரும் அறிந்திருக்கவில்லை,அதிகாரிகளை மலையைவிட்டு இறங்குவதற்கு பொன்குட்டன், தனது ஆட்கள் இருவரை அனுப்பி வைத்தான். அதிகாரி ஒவ்வொரு இடத்தையும் தனது கண்களால் குறிப்பு வைத்து கொண்டான், மலையடிவாரத்துக்கு வந்துவிட்டார்கள், அதிகாரி இருவரில் ஒருவரை சுட்டு கொன்றான். கதற கதற கத்தினான், மனசாட்சி இல்லாத மிருகத்தனமான வெள்ளக்காரன், “உன்ன உயிரோட விடுரத்துக்குக் காரணம், நீ உங்க ஆளுங்கக்கிட்ட போய் சொல்லு நாங்க திரும்ப வருவோம், உங்க எல்லாரையும் இதே காட்டுல பொதைக்குறம்'' என ஆங்கிலத்தில் சொல்லி குதிரையை ஓட்டிச் சென்றான்.

அவனுக்கு ஒன்றும் புரியவில்லை,தன்னுடன் ஐந்து நிமிடத்திற்கு முன்புகூட நன்றாக பேசிட்டு வந்தவன் மூச்சு, பேச்சின்றி இரத்தம் வழிய படுத்திருப்பதை கண்டு கதறி கண்ணீர் வடித்தான். தோலில் போட்டுக் கொண்டு அந்த மலையில் ஏறிப் போனான், முதலாளி மற்றும் ஐயங்காரிடம் தோட்டத்து வேலையாட்களுக்காக தோடா மக்கள் அவர்களுக்கான உரிமையைக் கேட்டனர்.

“இதுக்கு முன்னாடி நீங்களும் சரி, நாங்களும் சரி, இங்க வேலை செய்யரவங்களும் சரி, எப்படி இருந்தோம்னு எல்லாருக்கும் தெரியும். ஆனால் இனி அந்த மாதிரி யாரும் இருக்க மாட்டோம், தேவையில்லாம மேல கை வக்கிரது, பெரம்பால அடிக்கரது இந்த வேல மைருலா வெச்சுக்கக்கூடாது, யாராச்சும் அடிச்சிங்கனு

செய்தி வந்தது முதலாளி அப்டினுலா பாக்கமாட்டோம்" என பொன்குட்டன் ஆட்கள் பேசிகொண்டிருந்தனர்.

முதலாளிக்கும், ஐயங்காருக்கும் ஒரு கனம் எதுவுமே புரியவில்லை, இத்தனை நாட்களாக அவர்கள் கட்டுக்குள் வைத்த ராஜாங்கத்தை ஒரு வெள்ளக்கார அதிகாரியை கொன்றதன் மூலம் அத்தனையும் இடிந்து நொறுங்கியதை எண்ணி துக்கத்தில் மூழ்கினார்கள்.

பொன்குட்டன் ஆட்களின் கண்கள் மேற்பார்வையாளன் பக்கம் திரும்பியது, அந்த ஐவரின் முகத்திலும் வியர்த்து கொட்டின. பொன்குட்டன், "யாருக்காவது இந்த மேற்பார்வையாளனை அடிக்கனும்னு நெனைச்சா இந்த நல்ல சந்தர்பத்தை விட்றாதிங்க" என கூட்டத்தை பார்த்தவாறே சொல்லிய போது, முன்பு அடிவாங்கிய பெண் தலையை திருப்பினாள். வெளியே வர சொன்னான், பிரம்பு தடி முறிய முறிய அடித்தாள். அவளைத் தொடர்ந்து வாசமல்லியும் வயிற்றில் குழந்தையை சுமந்து கொண்டு மெதுவாக நடந்து வந்தாள், பொன்குட்டன் எந்த கேள்வியும் கேட்காமல் கையில் பிரம்பை எடுத்து கொடுத்து அந்த ஐவரை பார்த்துப் போகச் சொன்னான். வாசமல்லியோ, "நான் அடிக்க வேண்டியது அவங்கள இல்ல" என்றாள், "சரி புள்ள உனக்கு யார அடிக்கனுமோ போய் அடி, எவன் என்ன பண்ணறானு பாத்துக்கலாம்" என சொல்லி அனுப்பினான்.

பிரம்பை கையில் எடுத்துக் கொண்டு மெதுவாக நடந்து போனாள், எல்லோர் மனதிலும் பரபரப்பும் ஆர்வமும் கூடியது, வாசமல்லி யாரை அடிக்க போகிறாள் என்று. நெருங்கி அருகில் வர வர முதலாளிக்கு முகம் சிவந்தது, முதலாளியின் மனதில் அடுக்கடுக்கான சிந்தனைகள் வந்து சென்றன, பஞ்சம் பிழைக்க வந்தவள் கையில் அடிவாங்கிய பிறகு எப்படி நம் உயிர் பிழைக்க முடியும். இதைவிட ஒரு முதலாளிக்கு என்ன அசிங்கம் ஏற்பட்டு விட முடியும் என்று பித்துபிடித்தவன் போல் இருந்தான் முதலாளி. வாசமல்லி அருகில் வந்து பிரம்பை ஓங்கினாள் கண்களை மூடிக்கொண்டான் முதலாளி. பட்டாசு வெடித்தது போல சத்தம். காய வைத்த மூங்கில் பிரம்பு தடியை தொடையில் அடித்தாள். இதற்கு முன்பு வரை அவர் சத்தம் போட்டு கூட யாரிடமும் பேசியதில்லை, அன்று தான் அந்த மக்களுக்கே அவரின் குரலை கேட்டனர், அதுவும் அழுகுரல் "அய்யோ எம்பெருமானே" என்று.

வேறு யாருமில்லை நம்ம ஐயங்கார் தான். வாசமல்லி தன்னுடைய ஒட்டுமொத்த ஆதங்கம், கோபம், வெறி எல்லாவற்றையும் ஐயங்கார் மீது வெளிப்படுத்தினாள், ஐயங்கார் அங்குமிங்கும் ஓடினான் மக்கள் சுற்றி வளைத்து நின்றனர்.

முதலாளிக்கு தற்போது தான் சற்று மனம் இலகுவாக இருந்தது, ஆனால் ஐயங்கார் கதற கதற, முதலாளிக்கு இன்னும் மனம் பதட்ட நிலையில் இருந்து விடுபடவில்லை. ஐயங்கார் கூனி குறுகிப் போனான், பிறகு பொன்குட்டனே சென்று வாசமல்லியை சமாதானம் செய்து தோலில் அணைத்துக்கொண்டு கூட்டி வந்தான். கூட்டம் கலைந்தது.

சான் சல்வின் தன் படைகளுடன் கொங்கு நாட்டை நோக்கி வந்து கொண்டிருந்தான். ஒத்தக்கல் மந்தில் ஒருவனை கொன்றுவிட்டு மூன்று அதிகாரிகள் குதிரையை ஓட்டிக்கொண்டு சென்றனர். உடன் வந்தவன் இறந்தவன் உடலை சுமந்து கொண்டே அவர்களின் குடியிருப்பு பகுதிக்குச் சென்றான். ஒரே கூச்சல் சத்தம். இவர்களின் சடங்குகள் சற்று வித்தியாசமானது. மந்தையிலிருந்து ஒரு எருமையைக் கொன்று அதன் கொம்பினை இறந்தவனின் குடும்ப தலைவன் கைகளில் கொடுத்து இறந்த உடலை மண்ணில் புதைக்கும் போது அந்த கொம்பையும் சேர்த்தே புதைத்துவிட்டு வந்தனர்.

பொன்குட்டனுக்கு, வெள்ளக்காரன் மீது இன்னும் கோபம் அதிகரித்து கொண்டே போனது, தோட்டத்து வேலையாட்கள் மற்றும் தோடா இன மக்கள் ஒன்றாகக் கலந்தனர். முதலாளி, ஐயங்கார்,மேற்பார்வையாளர்கள் எல்லாம் அடங்கிப் போனார்கள். முன்பு போல எவரையும் அநாகரிகமாக நடத்துவதில்லை, இரவு நேரங்களில் யாரும் வேலை செய்வதில்லை. அவர்களின் பொழுதுபோக்கு இரவு நேரத்தில் கூடி அமர்ந்து பேசுவது, ஒருவரை ஒருவர் கேலி செய்வது, அவரவர் குடிசையில் செய்த உணவை பரிமாறிக் கொண்டு உண்டு கழித்தனர். அப்போது தெரியாது அவர்களின் வாழ்க்கையில் அன்று தான் மிக்க மகிழ்ச்சியான இரவாக இருக்கும் என்று.

சால்வின் படைகளுடன் பிரிட்டிஷ் அதிகாரி மூவரும் இணைந்து மலைராணியை நோக்கி வந்தனர், காடுகளின் வழியே செல்லும் போது சால்வினுக்கும் அதே திகைப்புதான். யானையின்

சத்தத்தைக் கேட்கிறான், காட்டு மாடுகள் நடந்து போவதையும், சிங்கத்தின் கால் அச்சுகளையும் பார்த்து பிரமித்துப் போனான். இத்தனை அபாயகரமான விலங்குகள் நிறைந்த பகுதியில் எப்படி இந்த மக்கள் வாழ்கின்றனர் என்று அவனுக்குள் பல கேள்விகள் எழும்பின. சால்வின் வில்லியம்ஸ் அதிகாரியிடம்,

"நான் பல மாதங்கள் இந்த சுற்றுவட்டாரப் பகுதியில் தங்கியிருக்கிறேன், ஒருபோதும் இந்த மலைராணியை நான் கண்டதில்லை. ஆனால் வில்லியம்ஸ், நீ மிகவும் சிறப்பாக இந்த இடத்தை கண்டுபிடித்து நம் ஆட்களுக்கு பரிசாக அளித்திருக்கிறாய் உனக்கு என்னுடைய வாழ்த்துக்களை தெரிவிக்கிறேன்".

வில்லியம்ஸ் பேச்சுவாக்கில் சால்வினிடன், "இந்த வாழ்க்கையில் எனக்கு ஒரே ஒரு ஆசை, லட்சியம், கனவு எப்படி வேணாலும் எடுத்துக்கொள்ளுங்கள், ஆனால் அதை எப்படியாவது நிறைவேற்ற வேண்டும்" என கூறினான்.

"உனது ஆசைகள் எதுவாயினும் நிறைவேற்றப்படும், அது நம் பிரிட்டிஷ் அரசாங்கத்திற்கு நன்மை பயக்கும் பொருட்டு உடனே நடக்கும், இல்லை உனது தனிப்பட்ட விருப்பமெனில் சற்று தாமதமாகலாம்"

"இது என் தனிப்பட்ட விருப்பம் தான், ஆனால் நம் பிரிட்டிஷ் அரசாங்கத்தின் பெருமையை இந்த இடத்தில் நாம் நிறுவ வேண்டும். நம் நாட்டிற்கு பெருமை தேடி தந்த, நம்மை போன்ற அதிகாரிகளுக்கு முன் மாதிரியாக திகழக்கூடிய, ஆர்தர் வெல்லஸ்லி முதலாம் வெல்லிங்டன் பிரபுவை இந்த மலைராணியின் இடத்திற்கு வரவழைத்து, அவருடைய பெயரை இந்த இடத்திற்கு நிறுவ வேண்டும்" என தெரிவித்த போது, சால்வினுக்கு மேலும் ஒரு திகைப்பு ஏற்பட்டது, சால்வினுக்குள் அங்கிருக்கும் அழகியலை பார்த்து, இதன் வளங்களை நம் நாட்டிற்கு ஏற்றுமதி செய்ய வேண்டுமென மண்டையில் ஓடிக்கொண்டிருந்த நிலையில், வில்லியம்ஸ் சொன்ன திட்டம் சரியாகப் பொருந்தும் என நினைத்தான்.

ஆட்சிமுறை என்னவோ பிரிட்டிஷ் அரசாங்கம் வழிநடத்தினாலும், அரசாங்கத்தில் வேலை செய்யும் ஆட்கள் சொல்வதை அனைத்தும் பிரிட்டிஷ் அரசு ஏற்காது. அதற்கு

சரியான திட்டம் தீட்ட வேண்டும். அது பிரிட்டிஷ் அரசாங்கத்திற்கு நன்மதிப்பு, பயன் அளிக்கும் வகையில் இருந்தால் மட்டுமே அனுமதி வழங்கப்படும். இதற்கென்று ஒரு தனிக்குழு அமைக்கப்பட்டிருந்தது. அந்த குழுவிற்கு சால்வின் ஒரு கடிதம் எழுதி, குதிரை அதிகாரி ஒருவரை மெட்ராஸ் மாகாணத்திற்கு அனுப்பி வைத்தார்.

வில்லியம்ஸ், சால்வின் படைகளை கூட்டிக்கொண்டு ஒத்தைக்கல் மந்தை அடைந்தவுடன், ஐயங்காரை தான் முதலில் சந்தித்தார்கள். ஐயங்காருக்கு வெள்ளக்கார அதிகாரிகளை கண்டதும் மட்டற்ற மகிழ்ச்சி. வில்லியம்சை கட்டி தழுவிக்கொண்டார். சில வினாடிகள் கழித்து ஐயங்காரை, "இதுவே கடைசியாக இருக்கட்டும், எதுவாக இருந்தாலும் எனது இடது கை பக்கம் ஒரு அடி தள்ளி நின்று பேச வேண்டும்" என்று சிரித்த முகத்துடனே வில்லியம்ஸ் கூறினார். அன்று இரவு பிரிட்டீஷ் அதிகாரிகள் ஐயங்கார் மற்றும் முதலாளி வீட்டில் இரவை கழித்தனர்.

சால்வின் மற்றும் வில்லியம்ஸ் ஐயங்கார் வீட்டில் தங்கினார்கள். சால்வினுக்கு ஜானகியை கண்டதும் ரொம்ப பிடித்துவிட்டது. பெரும்பாலான நேரத்தில் அதிகாரிளுடையே வாழ்க்கை கழித்த வந்த சால்வினுக்கு, ஏழாயிரம் அடி உயரத்தில் மலைராணியின் நடுவில் நடுத்தர வயதுடைய ஜானகியின் இடை அழகும், இரு மார்பகங்களும் மாநிறமுடைய அவளின் தோலும் சால்வின் மனதினை குத்தி கிழித்து உள்ளே பதிந்தது. மறுநாளே தன் விருப்பத்தினை சால்வின் வில்லியம்ஸிடம் தெரிவித்தான். உடனே ஐயங்காரை வரவழைத்து கை குலுக்கினார் வில்லியம்ஸ்,

"நாங்கள் இந்த மண்ணில் இருக்கும் வரை அனைத்தும் எங்களுக்கானவை, என்றாவது ஒரு நாள் இந்த மண்ணை விட்டும், நாட்டை விட்டும் வெளியேறி செல்ல வேண்டிய நிலை வரலாம், அன்றிலிருந்து உன்னை போன்ற ஆட்களே இந்த நாட்டை ஆள தகுதி படைத்தவர்களாக இருப்பீர்" என்று சொல்லும் போதே ஐயங்காருக்கு உள்ளுக்குள் பேரானந்தம், "அதெல்லாம் நடக்க வேண்டும் என்றால் நாங்கள் சொல்லுவதை மறுப்பு தெரிவிக்காமல் பதில் பேச்சின்றி செயல்படுத்த வேண்டும், முடிவை யோசித்துக் கொள்."

"இதுல யோசிக்கிறதுக்கு ஒன்னுமே இல்ல சார்வாள், இந்த நொடியில் இருந்து நான் உங்கள் அடிமை" என்று கூறினார்.

சென்னை மாகாணத்திற்கு சால்வின் எழுதிய கடிதத்தை படித்து விட்டு, அவர் கேட்டிருந்தபடி வில்லிங்கடன் பெயரை சூட்டவும், அவரை வரவழைப்பதற்கும் ஏற்பாடுகள் செய்ய அனுமதி வழங்கிய செய்தியை சால்வினிடம் தெரிவிக்க குதிரை அதிகாரி வேகவேகமாக வந்தார்.

போன அதிகாரிகள் திரும்பி வந்ததை நினைத்து மக்கள் அச்சத்தில் இருந்தனர். வாசமல்லி மிகவும் வருத்தப்பட்டாள், பொன்குட்டனை கட்டியணைத்து,

“காட்டுலயே வாழ்ந்து பழகிப்போன உசுரு, சாவ கண்டு நான் பயப்படல. முதல் பையன் தான் அவங்க அப்பனோட மூச்சு காத்து கூட படாம வளந்துட்டு வரா, ஏன் வயித்துல வளர இந்த புள்ளயாவது உன்னோட மாருல எட்டி ஒதச்சிகிட்டடு, உன் அரவணைப்புல வளரனும்” என சொல்லி கண்ணீர் வடித்தாள்.

பொன்குட்டன், “இங்க பாரு புள்ள, ஏன் அண்ணனுக்கு பொறந்திருந்தாலும், அவனும் என் பையன் தான், ஏன் உசுருக்குலா ஒன்னு வராது. நம்ம ரெண்டு புள்ளங்களோட சந்தோஷமா இருப்போமு” என சொல்லி முடித்தான் பொன்குட்டன்.

கலங்கியிருந்த கண்களிலும், வாடி போயிருந்த முகத்திலும் சற்று மாறுதலை ஏற்படுத்தி புன்முறுவலோடு “ரெண்டு போதுமாயா” என வாசமல்லி கேட்டாள். பிறகு அவளின் உருண்டையான வயிற்றுக்கு முத்தமிட்டு, “ஏ... மல்லி இதுவும் பையன் தான் புள்ள, வவுரு கீழாவ இருக்குது பாரு”

“அப்படியா சொல்ற”

“ஆமா புள்ள”

“உன் சொல்லு அப்படியே பலிக்கட்டு”

“மலையில் இருக்கக்கூடிய ஆண்கள், பெண்கள் எத்தனை பேர் என்ற கணக்கு வேண்டும் சிறுவர்கள் உட்பட” என்று வில்லியம்ஸிடம் சால்வின் கேட்டார். அதன் அடிப்படையில் தோட்டத்து மேற்பார்வையாளர்கள் நான்கு பேர் சென்று பட்டியல் எடுத்து வந்தனர். ஆயிரத்திற்கும் குறைவான மக்கள் தொகை தான். சரியாகச் சொல்லப்போனால் ஐந்நூறு ஆண்கள், இருநூறு

பெண்கள், நூறு சிறுவர்கள், கர்ப்பிணி பெண்கள் ஐம்பது என்று சொன்னான். ஐயங்கார், சால்வினுக்கு ஆங்கிலத்தில் எடுத்து சொன்னான். சால்வின் அங்குமிங்குமாக நடந்து கொண்டே கேட்டுக்கொண்டிருந்தான். குதிரை அதிகாரி கடிதத்தைக் கொண்டு வந்து குடுத்தான். சால்வின் படித்து பார்த்து விட்டு மகிழ்ச்சி அடைந்தான்.

கடிதத்தில், "வெல்லிங்கடன் அந்த மலைக்கு வர சரியான பாதையை உருவாக்குங்கள். நம்முடைய நாட்டின் வளர்ச்சிக்கு முக்கிய பங்காற்றியவர், அவர் அங்கு வந்து திரும்பும் வரையில் அவருக்கு தேவையான வசதிகளை ஏற்பாடு செய்து வையுங்கள். அதற்கு என்ன தேவை என்றாலும் பிரிட்டிஷ் அரசு உங்களுக்கு உதவும்" என்று மெட்ராஸ் மாகாணத்தின் ஆளுநர் தெரிவித்திருந்தார்.

சால்வினுக்கு அப்போது ஒரு யோசனை வந்தது சிந்தாதிரிப்பேட்டையில் இருப்பு பாதை அமைப்பதற்கு ஜார்ஜ் ஸ்டீபென்சன் நேரில் வந்து ஆராய்ந்து அமைத்து கொடுத்துச் சென்றார். இப்போது மீண்டும் அவரை வரவழைத்து மலையை ஆய்வு செய்ய சொல்லலாம் என நினைத்தான். அதன்படியே இரவு மெட்ராஸ் மாகாணத்திற்கு செய்தி அனுப்பபட்டது.

அன்று இரவு அதிகாரிகளுடன் தீவிரமாக கலந்தாய்வு செய்து திட்டங்களை வகுத்தனர். எப்படி பார்த்தாலும் அதிகபட்சமாக ஐந்தாண்டுகள் தேவைப்படும். ஆனால் இன்னும் ஒரு வருடத்தில் நடைமுறைப்படுத்த வேண்டும் என்று எல்லோரிடமும் சால்வின் தெரிவித்தார். "வில்லியம்ஸ், ஐயங்காரை உன்னோடு வைத்துகொள், நம்மிடம் இன்னும் போதுமான ஆட்கள் இல்லை, எனவே அனைத்து மாகாணங்களிலும் நம் அரசாங்கத்தை எதிர்த்து போராடிய பிணைக்கைதிகளை அடிமைகளாக அழைத்து வாருங்கள். இரவு பகல் என்று பாராமல் வேலை நடந்து கொண்டே இருக்க வேண்டும். நமக்கு நேரம் குறைவாகத்தான் உள்ளது எல்லா மாகாணத்திலும் உள்ள சிறைகளுக்கு செய்தி அனுப்புங்கள். அதுவரையில் இவர்களை வைத்து முதலில் வேலையை தொடங்குங்கள்" என்று சால்வின் தெரிவித்தான்.

இரவு உணவிற்காக ஜானகி அழைப்பு குடுக்க வந்திருந்தாள், சால்வின் மௌனமாகிப் போனான். எல்லோரும் உணவு

அருந்திவிட்டு தூங்க சென்றார்கள். சால்வினின் அமைதி வில்லியம்ஸ்க்கு புரிந்து விட்டது, ஐயங்காரை அழைத்து, "உன் வாழ்க்கை முற்றிலுமாக மாறப் போகிறது" என்றான்.

"நன்றி சார்வாள்"

"நன்றி எல்லாம் வேண்டாம் அது நாங்கள் உனக்கு செய்ய வேண்டிய கடமை"

"நன்றி வேண்டாம் என்றால் உங்கள் அடிமையிடம் இந்த உடம்பில் உள்ள உயிரைத் தவிர வேறொன்றும் இல்லையே சார்வாள்."

ஜானகி பாத்திரங்களை விளக்கிக் கொண்டிருந்தாள். அவள் மடிப்புடன் கூடிய இடை அழகினை வாயில் சுருட்டு வைத்து புகைத்துகொண்டு இரசித்தான் சால்வின். ஐயங்கார் சால்வினை உற்றுப் பார்த்தார். அவர் கண்கள் கூர்ந்து கவனிக்கும் திசையைப் பாரத்தார். அங்கு ஜானகி இருந்தாள்.

மீண்டும் வில்லியம்ஸிடம் கேட்டார், "சார்வாள் சொல்லுங்க, நான் என்ன செய்ய வேண்டும். உங்களுக்காக எதுவாயினும் செய்கிறேன்."

வில்லியம்ஸ் உடனே, "எனக்காக வேண்டாம், சால்வின் சார்வாள் உமது தங்கை மீது ஆசைப்பட்டு விட்டார், மற்றதை நீயாகவே புரிந்துகொள்வாய் என நம்புகிறேன்"

"அவர் சந்தோஷம் தான் எனக்கு முக்கியம் நான் ஏற்பாடு செய்கிறேன், மற்றதை நீங்களும் சால்வின் சார்வாளும் பார்த்துக் கொள்ளுங்கள்" என்று ஐயங்கார் தெரிவித்தார்.

சால்வின் மனதில் மட்டற்ற மகிழ்ச்சி நீண்ட இடைவெளிக்குப் பின் அதுவும் இந்த மாதிரியான ஒரு இடத்தில் ஜானகி போன்ற ஒரு பெண்ணை சுவைப்பதை நினைத்து பூரிப்படைந்தான்.

அடுத்த நாள் பிரிட்டீஷ் அதிகாரிகள் இரண்டு பேர் மக்கள் அனைவரையும் ஒன்று திரட்டி ஐயங்கார் மூலம் வேலைகளை தெரியப்படுத்தினர். கூட்டத்தில் இருந்து ஒருத்தன், "அப்படிலா செய்ய முடியாது" என்றான். அடுத்த கனமே உடலை விட்டு உயிர் பிரிந்தது. நடு நெற்றியில் தோட்டாக்கள் இறங்கின. "வேற யாராவது எதுனா பேசனுமா, இல்ல சந்தேகம் எதுனா இருக்கா"

என்றார் ஐயங்கார். எல்லோரும் அமைதி காத்தனர். ஐயங்காருக்கு வாசமல்லி மீது இன்னும் கோவம் ஆராமல் இருந்தது. அவளை முன்னே வரவழைத்தான், "புள்ளத்தாச்சி புள்ளனு கதை சொல்லிகிட்டு வாசகதவுக் குள்ளயே இருக்கக்கூடாது, உன்னால எவ்வளவு வேலை செய்ய முடியுமோ செய்யனும், ஒவ்வொரு ஆளும் பண்ணிரண்டு மணி நேரம் கட்டாயம் வேலை செய்யனும், இல்லாட்டி அடிதான் எல்லாருக்கும். நாளைக்கு காலைல ஆறு மணிக்கு எல்லாரும் வந்துரனும் பத்து வயசுக்கு கீழ இருக்குறவங்கள தவிர மீதி எல்லாரும் வந்துரனும்." ஐயங்கார் பேசி முடித்ததும் மக்கள் அனைவரும் அமைதியாகக் கலைந்தனர்.

எல்லா மாகாணத்திற்கும் செய்தி போனதால் கைதிகள் மாட்டு வண்டியிலும், வாகனத்திலும் வரவழைக்கப்பட்டனர். நாளுக்கு நாள் மக்கள் கூட்டம் அதிகரித்துக் கொண்டே போனது. ஜார்ஜ் ஸ்டீபென்சன் வந்தடைந்தார். ஒரு வாரத்தில் மலையை ஆராய்ந்து இடத்தினை தேர்வு செய்து அடையாளப்படுத்தினர். சால்வின் முதலில், ஏழாயிரம் அடியினை ஏழு பங்காக பிரித்துக் கொண்டார். பின் ஒத்தைக்கல் மந்திலிருந்து மலையை வெட்டி எடுத்து, பாதை சீரமைக்கப்பட்டது. ஆட்கள் வர வர ஒவ்வொரு ஆயிரம் அடிக்கும் ஆட்களை தங்க வைத்தனர். கிழக்கிந்திய கம்பெனியின் மூலம் கிட்டத்தட்ட ஏழாயிரம் கைதிகள் கொண்டுவரப்பட்டனர். நாட்கள் ஓடிக்கொண்டே இருந்தன, தோடா மக்கள் பெருந்துயரத்திற்கு உள்ளானர். சால்வின் மற்றும் வில்லியம்ஸின் விடாப்பிடியான குணத்தால் வேலைப்பளு காரணமாக சிலர் இறந்து போயினர். பலர் தப்பிக்க முயன்று காட்டுக்குள் இருக்கும் விலங்குகளுக்கு இறையாகி போயினர். அதிகாரிகள் எட்டு மணி நேரத்திற்கு ஒரு முறை மாறி மாறி கண்காணித்து கொண்டு வந்தனர். இருப்பு பாதை போடுவதற்கான பணியில் இடங்களை சுத்தம் செய்வதற்குள்ளாக பல விலங்குகள் சூறையாடப்பட்டு மலைராணி சிதைக்கப்பட்டாள். குருவி சத்தமும், விலங்குகள் சத்தமும் கேட்டு பழகிய காதுகளுக்கு தினமும் தோட்டங்களின் சத்தம் அச்சத்தை ஏற்படுத்தியது. நூற்றுக்கும் அதிகமான யானைகள் பலியாகின, தந்தங்கள் அயல் நாட்டிற்கு ஏற்றுமதி செய்யப்பட்டன.

வேலைகள் மும்முரமாக நடந்து கொண்டிருந்த நிலையில் சால்வினுக்கு ஜானகி நினைப்பு வந்தது. ஐயங்காரிடம் வில்லியம்ஸ் மூலமாக தெரிவிக்கப்பட்டது. ஐயங்கார் தன் தங்கையான ஜானகியிடம் சென்று பொறுமையாக விவரித்தார். அம்புஜம்

அருகில் இருந்து தன் மகன் சொல்வதை எல்லாவற்றையும் கேட்டுக்கொண்டு மகளைப் பார்த்தாள். மகனையும் பார்க்கிறாள். “நம்ம வாழ்க்கை நல்லா இருக்கணும் நெனச்சா நான் சொல்ற மாதிரி கேளு” என்று தங்கையிடம் கூறினார். ஆனாலும் ஜானகி மனம் மாறுவதாகத் தெரியவில்லை. அம்புஜமும் இடையில், “அண்ணன் சொல்வதைக் கேட்டு நடந்துகொள், எல்லாம் நம்முடைய நல்லதுக்குத் தான்” என்று சொன்னாள். ஐயங்கார் இறுதியாக, “சார்வால் அவர்கள் நினைத்திருந்தால் உன்னை வலுக்கட்டாயமாக இழுத்துச் சென்று எது வேண்டுமானாலும் செய்யதிருக்க முடியும், அதைவிட்டு உன் மீதிருக்கும் பிரியத்தால் என்னை அழைத்து பேசினார்கள், நாம் அவர்களின் அடிமை அவர்களின் மனது குளிரும்படி நடந்து கொள்ள வேண்டும், எல்லாம் பகவான் செயலால் உனக்கு அருள் வாய்த்திருக்கிறது, இந்த நல்ல சந்தர்பத்தை தவறவிடாதே, ஒருவேளை நான் பெண்ணாக இருந்து உன் நிலைமையில் இருந்திருந்தால் சிறிதும் தயங்காமல் மனப்பூர்வமாக ஒப்பு கொண்டிருப்பேன். ஒருவேளை ஜானகி நீ மறுப்பு தெரிவித்தாலும் அவர்கள் உன்னை வன்புணர்வு செய்யலாம், பூ மேனியான உன் உடலை சார்வாள் அவர்களால் நசுக்கப்படலாம்” ஐயங்கார் இன்னும் ஒருபடி மேலே சென்று, “உன் கற்பைப் பற்றி யோசிக்க, நீ ஒன்றும் உத்தமியின் மகள் கிடையாது” என்று தாயின் முன்பே கூறினார். மனமுடைந்த அம்புஜம் கண்களில் நீர் ததும்பியது. தாயின் முகத்தைப் பார்த்தாள் ஜானகி.

“எல்லாம் உங்களுக்காகத் தான்” என்று சொன்னாள் அம்புஜம்.

கிட்டத்தட்ட நீண்ட நேர உரையாடலுக்குப் பின் எந்தவொரு பதிலும் பேசாமல் ஒப்புக்கொண்டாள் ஜானகி. அன்று இரவு சால்வின் தனது இச்சை பசியை ஜானகியிடம் விடியும் வரை தீர்த்து கொண்டான்.

விடிந்த பின்னே ஐயங்காரிடம் உனக்கு என்ன வேண்டும் என்று கேட்க, “இந்த தோட்டத்தின் அனைத்து உரிமமும் இந்த security guard மீதுதான் இருக்கிறது. அவனிடமிருந்து பறித்து பிரிட்டிஷ், சட்டபூர்வமாக என் பெயரிலோ அல்லது உங்கள் ஜானகி பெயரிலோ பதிவு செய்து கொடுக்க வேண்டும்” என்று கேட்டுக்கொண்டான் ஐயங்கார்.

இந்த அதிர்ச்சியிலே முதலாளி உயிர் பிரிந்து போனது. இது

தோடா மக்களிடத்தில் பெரும் தாக்கத்தை ஏற்படுத்தியது.

“படுபாவி சோறு போட்ட முதலாளிக்கே வெள்ளக்காரன கைக்குள்ள போட்டுக்கிட்டு துரோகம் செஞ்சிப்புட்டானே” என்று பேசிக்கொண்டனர்.

ஆட்கள் பற்றாக்குறை இன்னும் இருந்து கொண்டே இருந்தது. வந்தவர்களில் பலர் வேலைபளுவால் உயிரை விட்டனர் என்று வில்லியம்ஸிடம் அறிக்கை கொடுக்கப்பட்டது. அதன் பொருட்டு சால்வின் ஆலோசனைப்படி மற்ற நாடுகளில் உள்ள பிணைக்கைதிகள் கப்பல் மூலமாக வரவழைக்கப்பட்டு வேலையை தீவிரப்படுத்தினர். கிட்டத்தட்ட ஆறுமாத காலம் நிறைவடைந்தது இன்னும் வேலைகள் முடிந்த பாடில்லை, இங்கிலாந்தில் உள்ள வெலிங்கடனுக்கு வயது காரணமாக உடல் நலக்குறைவு ஏற்பட்டு சிகிச்சை பெற்று வருகிறார் என்ற செய்தி கேட்டறிந்து சால்வின் குழு பதற்றம் அடைந்தார்கள்.

அன்று மதிய வேளையில் தோடா மக்கள் வேலை செய்வதை கண்காணித்து வந்தார் ஐயங்கார். வாசமல்லிக்கு இடுப்பு வலி ஆரம்பமான நிலையில் உட்கார்ந்து கொண்டாள். ஐயங்கார் அவளிடம் வந்து தலைமுடியை இழுத்து வேலை செய் என்று கத்தினார். பொன்குட்டன் ஓடி வந்து ஐயங்காரை தாக்கினான். வெள்ளக்கார காவலாளிகள் பொன்குட்டனை தாக்கினர். “நான் வேலை செய்யுற என் குழந்தைக்கு அப்பன் வேணும் அடிக்காதிங்க, விட்டுருங்க சாமி” என வாசமல்லி கத்தி அழுது, எழ முடியாமல் எழுந்து வெட்டிபோட்ட மரங்களை எடுத்து அடுக்கினாள். அடிவாங்கிய பொன்குட்டன் எழ முடியாமல் உட்கார்ந்த நிலையிலே இருந்தான். மரத்தை தூக்க சென்றவள் மண்டி போட்டு கீழே உட்கார்ந்து விட்டாள், பனிகுடம் உடைந்து விட்டது. கால்களின் வழியாக இரத்தம் வழிந்தது. “எல்லாரும் அவங்க வேலைய மட்டும் பாத்தா போதும், யாரும் அவளுக்கு எந்த உதவியும் பண்ணக் கூடாது, தேவைப்பட்டா அவன் ரெண்டாவது புருசன் பண்ணட்டும். அவனால முடியலனா மூணாவதா ஒருத்தன சேத்துக்கரனு சொல்லட்டும். நானே அவளுக்கு எல்லாம் உதவியும் ஏற்பாடு பண்ணி தர” என ஐயங்கார் சொன்னான்.

பொன்குட்டன் நிதானமாக தரையில் தேய்த்துக் கொண்டே நகர்ந்து வாசமல்லி அருகே சென்று கால்களின் இடைவெளி

வழியாக உள்ளே நுழைந்து பார்த்தான். அவளின் உறுப்பிலிருந்து தலை வெளியே நீட்டிகொண்டு இருந்தது, ஒரே இழுப்பு தான் குழந்தை வெளியே வந்தது. ஒருவரும் அருகில் வரவில்லை. அனைவருக்கும் உயிர் பயம் உடல் முழுக்க வியாபித்திருந்தது. "பஞ்சம் பொழைக்க வந்தவளுக்கு தைரியம் அதிகம் தான் போல, புருசன் பொண்டாட்டி ரெண்டு பேர் மட்டும் இன்னியலந்து ஒரு வாரத்துக்கு விடுப்பு. எட்டாவது நாள் ரெண்டு பேரும் வந்தரனும்" என்று ஐயங்கார் சொல்லி சென்றார்.

மீண்டும் ஜார்ஜ் ஸ்டீபென்சன் ஆய்வை மேற்கொண்டு வேலையை இன்னும் எவ்வாறு எளிதாக்க முடியும் என்று கணக்கிட்டார். எப்படி பார்த்தாலும் பதினாறு குகைகள் குடைந்து, 216 வளைவுகள் வளைக்கப்பட்டு, 250 பாலங்கள் கட்டாயம் அமைத்தால் மட்டுமே சாத்தியம். ஓராண்டு நிறைவடைந்தது திட்டம் முடியவில்லை. தொழில் நுட்பத்தில் அப்போது வளர்ந்து வந்த பிரிட்டிஷ் அரசு சூரத்திலிருந்து கப்பல் வழியாக இரும்பு தடவாளங்களை ஏற்றி வந்தது. அதன் அச்சுகளை கொங்கு நாட்டில் உள்ள கோசம்புத்தூரில் இறக்கி அங்கொரு தொழிற்சாலை அமைப்பை உருவாக்கி தேவையான இருப்பு பாதைகளை தயாரித்தது. திட்டம் ஐந்தாண்டு ஆகியும் நிறைவடைந்த பாடில்லை, அதற்குள்ளாக வெல்லிங்கடனும் உயிரிழந்தார். பிரிட்டிஷ் அரசு கனவு ஒருபுறம் தோற்றாலும் அந்த கனவுகளுக்கு விதை போட்டவர்கள் சால்வின் மற்றும் வில்லயமஸ். வெல்லிங்கடனின் இறப்பை அவர்களால் ஏற்றுக்கொள்ள முடியவில்லை.

இதன் பின்பு தான் வேலைகள் இன்னும் தீவிரமாக்கப்பட்டன. கிட்டத்தட்ட பதினெட்டு வருடம் கழித்து இந்த திட்டம் முழுமையாக நிறைவடைந்து மேட்டுப்பாளையத்தில் இருந்து ஓட்டோகமுண்ட் வரை போடப்பட்டு, முதன் முதலாக இரயில் இயற்றப்பட்டது. இந்த பதினெட்டு வருடத்தில் வெளியில் தெரியாத பல துயரங்களாலும் கணக்கிடப்படாத மனித பிணங்களாலும் மலை ராணியின் ஈரக்காற்றுடன் சேர்ந்து இரத்த வாடையும் வீசிக்கொண்டே இருக்கிறது.

ஓட்டோகமுண்டில் அமைக்கப்பட்டிருக்கும் வெல்லிங்கடன் நினைவால் கட்டப்பட்ட இராணுவ அதிகாரி பயிற்சி பள்ளியில் வாசமல்லியின் மூத்த மகன் இராணுவத்தில் சேர பயிற்சி எடுத்தான். இரயில் பாதை அமைக்கும் திட்டத்தில் பெரும் பங்காற்றிய தோடா

மக்கள் சார்பாக குடும்பத்தில் ஒருவர் ராணுவத்தில் சேரலாம் என்று அறிவித்தது பிரிட்டிஷ் அரசு. அதுபோக பிணைக்கைதிகளை அவரவர் சொந்த நாட்டிற்குக் கொண்டு சென்று விடுதலை அளித்தது. சால்வின் வயது முதிர்வு காரணமாக லண்டனுக்கே திரும்ப சென்று விட்டார். வில்லியம்ஸ் இங்கிருந்து தேயிலை ஏற்றுமதி செய்துகொண்டு, தாவரங்களை அவர்கள் நாட்டிலிருந்து கொண்டுவந்து பின்னாளில் பொட்டனிக்கல் தோட்டத்தை உருவாக்கினார்.

சால்வின் சென்ற போது ஜானகிக்கு சில இடங்களை பட்டா அளித்து விட்டு சென்றார். பின்னாட்களில் ஐயங்காரை விட பணத்தின் மோகம் பிடித்த ஜானகி வில்லியம்ஸை மணந்து கொண்டாள். ஐயங்கார் ஊரிலே இப்போது மிகப்பெரிய ஆளுமையாகவும் பதிவியிலும் அமர்ந்தார்.

பொன்குட்டனுக்கு விழுந்த அடி அவனை நடமாட முடியாமல் ஆக்கியது. ஒருவருக்கு மட்டுமே இராணுவத்தில் சேருவதற்கான வாய்ப்பு என்று அறிவித்த போது வேயன்னாவின் மூத்த மகன் சேர்ந்தான். வாசமல்லி ஒவ்வொரு இரவும் வெள்ளைக்கார அதிகாரிகளை பற்றியான கதைகளை தனது மகன்களுக்கு சொல்லி வந்தாள். தங்களுக்கு நிகழ்ந்த கொடுமைகள் ஒரு புறம் இருந்தாலும் அவர்களின் உடைமைகள் கம்பீரமான தோற்றம் அவர்களுக்கென தனி மரியாதை அதிகாரிகளை பற்றின வர்னிப்புகளே அதிக அளவில் இருந்தது. எப்போதாவது வெள்ளைக்கார அதிகாரிகளைக் கண்டால் சிறுவர்கள் அவர்களையே உற்று நோக்கி கவனிப்பார்கள். பின்பு வீட்டிற்கு வந்து அவர்களைப் போன்று அனைத்து நடவடிக்கைகளையும் செய்து பார்ப்பார்கள் நாளடைவில் அச்சிறுவர்களுக்கு அதுவே மிகப்பெரிய கனவாகிப்போனது. இதன் விளைவாக வாசமல்லியின் இரு மகன்களுக்கும் சிறுவயதிலிருந்தே இராணுவத்தில் சேர மிகுந்த ஆசை கொண்டிருந்தனர். அதற்கு வாசமல்லி சொன்ன கதைகளும் அவர்கள் பார்த்த ராணுவ அதிகாரிகளும் தான் காரணம்.

ஆனால் பொன்குட்டன் மகனுக்கு அந்த வாய்ப்பு கிடைக்கவில்லை. அந்த சமயத்தில் தான் வெள்ளக்காரர்களை நாட்டை விட்டு விரட்டவும், அவர்களை எதிர்த்து போராடவும் நேதாஜி தலைமையில் இளைஞர்களை ஒன்றிணைத்து இராணுவ படைக்கு ஆட்கள் தேவை என்று செய்தி கேட்டு பொன்குட்டன்

மகன் இணைந்தான். பின்னாளில் பிரிட்டிஷ்க்கு எதிரான நேதாஜி படையை தகர்த்தெரிய ஒட்டோகமுண்டில் இருந்து இள இராணுவ வீரர்களை அழைத்துக் கொண்டு பிரிட்டிஷ் அரசு சென்றது. அந்த படையில் தான் வேயன்னாவின் இரண்டாவது சகோதரனான தேவராஜ், நேதாஜிக்கு அடுத்த படியாக பக்கபலமாக இருந்தார்.

*****